Tagalog Version of
Double Trouble Again?

Tulak ng Bibig na Naman!

ABMENESES

Dedicated to my ever supportive and loving wife,

Maridel

and

our two treasures,

David

and

Gwyneth

Thank you for supporting all my elusive dreams and for always believing in me I love all of you to the moon and back!

Published by
ABMENESES
(addmediacreatives@gmail.com)
9 Benefit St. GSIS Village, Brgy. Sangandaan, Quezon City, 1116

ISBN - EPub **978-621-8418-02-8**
Softbound/Paperback **978-621-8418-01-1**
Hardbound **978-621-8418-00-4**
PDF *(downloadable)* **978-621-8418-03-5**

Panimula

Sa gitna ng makulay at magulong mundo ng Maynila, isang kwento ng pag-ibig, pagkukunwari, at mga hindi inaasahang pagkikita ang unti-unting nabubuo sa pagitan ng dalawang pusong hindi pa rin lubusang nagkakalimutan—si Denise Madrid Lauchengco, isang matapang at matagumpay na babaeng may lihim na itinatago, at si Dennis Geronimo Lauchengco, isang design artist na pilit na tinatalikuran ang nakaraan. Matagal na silang nagkalayo, ngunit sa isang kakaibang pagkakataon, muling nagtapo ang kanilang mga landas sa isang opisina sa mismong gusaling pag-aari ni Denise—isang katotohanang pilit niyang inilihim.

Sa kabila ng tila ordinaryong pagkikita, muling gumugulo ang damdamin nilang dalawa. Si Dennis, na ngayo'y may asawa umano, ay hindi inaasahang muling maantig sa muling pagdating ni Denise. Samantalang si Denise, na nagpapanggap bilang simpleng sekretarya, ay unti-unting nadadarang sa mga hindi na dapat na nararamdaman. Ang bawat sulyap, ang bawat aksidenteng pagkakasalubong, ay parang muling binubuksan ang isang kabanatang akala nilang matagal nang naisara.

Ang kwentong ito ay part 2 ng naunang librong "Tulak ng Bibig, Kabig ng Dibdib." Although continuation ito nung naunang book, pwede mo itong basahin on it's own kahit hindi mo nabasa ang naunang libro. Uhm, pero syempre mas maganda kung babasahin mo rin ang naunang libro para mas kiligin ka ng husto sa love story ni Dennis at Denise.

Ito ay isang romantic comedy na sumasalamin sa mga 'what ifs' ng buhay, sa mga second chances na inaakalang wala na, at sa mga pusong hindi sumusuko kahit pa ang tadhana'y tila hindi pabor. Sa pagitan ng mga biro, tampuhan, at lihim, mabubuo ang isang kwentong tiyak na kikiliti at pupukaw sa damdamin ng sinumang mambabasa.

ABMeneses

Episode 1

Ang Muling Pagkikita

"**ATSETSEE!!!!" Napahiyaw si Dennis nang isang magan-**dang babae ang biglang bumati sa kanya habang naglalakad sa Makati.

"OMG, Dennis, I can't believe it — is it really you?".

"Ngek! Sino ba 'tong magandang chicks na bumati sa akin, baka napagkakamalan niya akong katulong o boy?!!"

Tumingin si Dennis sa paligid.

"W-Wala naman akong makitang ibang tao dito. (Sigh!) Lord, baka naman napagkakamalan pa akong magnanakaw o holdaper nito?"

Pasimpleng sinulyapan niya ang babae. Sosyalera and dating at super-ganda kahit natatakpan ng malaking sunglasses ang mukha niya, .

"Wow, it really is you!" muling tili ng babae. "Gosh, it's been a long time already! How are you... kamusta ka na!"

* * * * * * * * * *

Parang namalikmata si Dennis. Muling tiningnan ang kaharap. Hindi makapaniwala sa nakikita. Pinikit-pikit niya ang kanyang mga mata — natatakot na baka ilusyon o panaginip lang ang nakikita. Pero, nanatili ang inaakalang ilusyon sa harapan niya.

"Huy, ano ka ba? Hindi mo na ba ako nakikilala? Hello, hello?!!" wika ng babae, sabay tinanggal ang sunglass at itinuro sa sarili.

"Denise... Denise Lauchengco — your *'katukayo'* remember?"

* * * * * * * * * *

SI DENISE. Si Denise Lauchengco. Nangiti si Dennis. P'wede ba niyang malimutan ang kaharap?

Bahagyang siyang nailing. P'wede ba niyang makalimutan ang nag-iisang babaeng minahal niya ng sobra-sobra? Imposible! Siguro, makakalimutan pa niya ang kanyang sariling pangalan, pero hindi ang babaeng habang-buhay nang nakaukit sa kaloob-looban ng puso niya.

Pinagmasdan niya ang kaharap. Hindi pa rin makapaniwalang pagkatapos ng mahabang panahon, ay muling magkukrus ang kanilang landas.

Hindi niya mapigilang bumalik sa isipan ang mga lumipas.

((((((((O))))))))

Enroilment sa school nang unang nagsalubong ang landas nila ni Denise. Unang kita pa lang ay tumibok-tibok agad ang puso niya. Na love-at-first-sight — daig pa ang tinamaan ng sampung palaso ni kupido. Ang problema, nang magtama ang kanilang mga mata ay sinimangutan siya.

Natural, na-hurt ang kanyang pride chicken. Hindi pa man ay basted na siya. So, kahit hindi naman dapat, nag-init ang ulo niya. Kaya nang dumaan sa harapan nila si Denise, hindi niya mapigilan ang asarin ang dalaga.

"Hmmmp! Kung makairap, AKALA MO, SAKSAKAN NG GANDA... E, HINDI NAMAN!"

Tulad ng inaasahan niya, narinig ito ni Denise. Pero ang hindi niya akalain ay ang balikan sila nito at hinarap.

* * * * * * * * * * *

"Hrrrmmp! Excuse me... excuse me!"

Kung iisipin, pagkakataon na sana niya para makipag-ayos at makipagkilala. Pero dahil na rin sa pride chicken niya, tumalikod siya at tumawa pa ng malakas.

"Hoy, MGA MAMANG MAYAYABANG... ako ba ang pinariringgan n'yo kanina? P'wede ba. harapin n'yo ako!!!"

Nakisama naman ang kanyang mga kaibigan at hindi rin pinansin si Denise at sa halip ay nagparinig pa.

"Bato-bato sa hangin, ang tamaan... huwag magagalit! Ha! Ha! Ha!"

Sabay-sabay silang nagtawanan.

Nagulat na lang siya nang haltakin siya ni Denise at hinarap.

"Mister na AKALA MO KUNG SINO, WALANG MODO AT WALANG PINAG-ARALAN... kung wala kang magawang matino at kung sawa ka na sa buhay mo... HUWAG MO AKONG IDAMAY... PWEDE?!!"

"Ha! Ha! Ha!" muli nilang pinagtawanan si Denise at patuloy na inasar.

"Bro, amazona pala 'tong CHICKA BABES! Ha Ha! Ha!"

"CHICKA BABES? Huh... nasaan... nasaan? Ha! Ha! Ha! Mga Bro... pakipa-check-up n'yo na ang mga mata n'yo at... mukhang malalabo na ang mga 'yan!"

"Ha! Ha! Ha!" lalo pa nilang pinagtawanan si Denise.

"At saka... walang pinag-aralan? Wala raw akong pinag-aralan? WEH! Sino kaya ang walang pinag-aralan... e, s'ya itong naliligaw ng building... tapos... SISIMA-SIMANGOT PA! HOY, MISS MASUNGIT NA FEELING BEAUTIFUL — NA HINDI NAMAN... Fine Arts Building po ito! Doon po sa likod ng Main Building ang Commerce Building! Ha! Ha! Ha! Doon po ang building ninyo. Siguro naliligaw kayo o baka hindi kayo marunong magbasa, kasi... BAKA WALA KANG PINAG-ARALAN! Ha! Ha! Ha!"

"Hoy, Mister BASTOS... alam ko po 'yon! Dito po talaga ang sadya ko! Magko-cross enroll lang po ako dito. Siguro naman, alam mo ang ibig sabihin ng magko-cross-enroll!"

"HAH... Hindi ka lang pala masungit, mapang-lait ka pa! Akala mo kung sinung-genius. Anong akala mo sa aming mga Fine Arts student... walang utak... at hanggang drawing lang?"

"HA! HA! HA!" muling tawanan nila.

"Bro, baka akala nagpipinta lang tayo sa kalsada at sementeryo!"

"Bakit, mukha ba tayong, supulterero? Ahhahahaha!"

"Ano kamong sabi mo... MAG-E-ENROLL KA DITO? Naku, Miss, parang awa mo na sa amin... baka p'wedeng sa ibang college ka na lang mag-enroll. Sobrang malas naman yata namin kung dito ka pa mag-eenrol!? Saka, hindi tumatanggap dito ng... MASUSUNGIT! Ha! Ha! Ha! At bawal din dito ang MATARAY! Ha! Ha! Ha!"

((((((((O))))))))

Episode 2

Tumalon-talon Ang Puso

Nabalik sa sarili si Dennis ng muling magsalita ang kaha- rap niya.

"Huy, Dennis — ano nang nangyayari sa 'yo?!" medyo nag-aalalang wika nito, sabay padamping hinawakan siya sa pisngi.

Parang nakuryente si Dennis nang maramdaman ang malambot na palad nito sa mukha.

* * * * * * * * * * *

"Do I know you?" sagot niya. Pinilit niyang magbiro upang mapagtakpan ang nabubuhay na damdamin. "Are you Catriona Gray, our Miss Universe or maybe Miss Wonder Woman herself, Gal Gadot?!"

Pabirong sumimangot ang kaharap.

"Hmmp! Dennis, ha... nagtatampo na ako sa 'yo!"

"Hahahaha! Denise — Denise Lauchengco in person! Wooohh, s'yempre naman — ikaw pa ba ang makakalimutan ko, e...," biglang kamb'yo ni Dennis at dinaan sa biro ang sumunod na salita.

"Nagulat lang kasi ako nang bigla kang humarang. Bigla-bigla ka kasing sumulpot. A-Akala ko tuloy... napagkamalan mo akong magnanakaw at ipahuhuli mo ako!"

"Ngek! Bakit, mukha ba akong pulis?"

"H-Hindi... ang ganda-ganda mo nga... hanggang ngayon...," muli na namang pinigilan ni Dennis ang umuusbong na damdamin, "... a, e... nasa Makati kasi tayo, di ako masyadong sanay dito... baka kako, mga hot babes ang mga pulis dito. Ha! Ha! Ha!"

"Asus! As usual, bolero ka pa rin! Hi! Hi! Hi! O, ano, kamusta ka na?"

"Eto, tulad ng dati... pogi at yummy pa rin!"

"Whew! Lakas ng hangin, a... muntik na akong tangayin. Hi! Hi! Hi! Ikaw talaga -- hindi ka pa rin nagbabago... sobrang yabang mo pa rin! Pero, in fairness... you're really looking good. Parang parehong-pareho pa rin ang itsura mo... just like in college..."

* * * * * * * * * * *

Natigilan si Denise. Waring may ala-alang sumagi sa isipan. Pero iwinaksi agad niya ito at muling nagpatuloy.

Why are you here? Saan ka galing... dito ka rin ba sa Makati nagta-trabaho?"

"Mmmm... medyo, medyo!"

"Anong medyo, medyo? Hindi ko yata ma-gets ang ibig mong sabihin?"

"Freelancer kasi ako. 'Yung hini-hire lang for certain jobs. Minsan malaki ang kita, minsan naman -- nganga... pero mas okay sa akin ang ganitong set-up. Tinatamad kasi akong pumasok ng otso oras kada araw"

"Mmmm... okay, gets ko na. So, freelancer ka... hina-hire ka for special projects. Mmmm... so, papaano ang set-up? Teka, if I remember right, advertising at graphic designs ang speciality mo, diba?"

"Mismo! 'Yun nga... hina-hire ako ng companies to do certain jobs. Wala akong time, hindi ko na kailangan ang mag-in o time out... o mag-stay sa office ng otso oras. Basta ma-meet ko 'yung agreed deadline namin ng client ko, okay na."

"Wow! Ibig mong sabihin... ikaw 'yung nagha-handle kapag espesyal 'yung project. Para ka palang si James Bond... hina-hire for special occasions. Ibig sabihin noon, the best ka sa field mo!"

"Haaiisss... James Bond! Medyo bago-bago naman. Pwede namang Tom Cruise ala Mission Impossible! Ha! Ha! Ha!"

"Uhum, Tom Cruise pa ang gusto! Sige na nga, sige na nga! Teka, di medyo oldie na rin si Tom Cruise — ayaw mo ba kay

Tom Holland? Anyway, ibig sabihin n'yan... big bucks ang bayad sa iyo, diba? Aminin!"

Hindi sumagot si Dennis at ngumiti-ngiti lang.

Pabirong sinuntok siya ni Denise.

"Ahiiiiii! Ang yabang-yabang mo talaga!" bungisngis nito. "Ang sarap naman ng buhay mo. Pa-easy-easy ka lang d'yan, pero, for sure... ang laki ng kinikita mo!"

"Medyo din! Pero, syempre, dapat kayod-marino ako. Hindi pwede yung tutulog-tulog. Kung hindi tatalunin ako ng kompetisyon."

"Ganon? Mahigpit din pala ang labanan sa ganyan. E, bakit hindi ka na lang pumasok ng regular hours para mas sure ang income?"

"Mmmm... dati na akong pumasok ng 8-5 na time. Pero nababagot ako, e. Although, sure ang income... pero, para sa akin... mas okay ang ganitong set-up. Libre ako kung kailan ko gustong magtrabaho at hindi. Saka, medyo nakilala na rin naman ako ng mga kliyente, so at least, regular ang pasok ng projects at stable ang income ko."

"Maliban pa sa... mas malaki ang bayad sa iyo!" pagtatapos ni Denise.

"Mmmm... plus na rin 'yon! Ang importante, hindi ako tied-up. Hindi ako nag-ma-maintain ng regular working hours. Siguro, sa aming mga artist... ito ang okay na set-up. Sarili ang oras and as a bonus, I get paid much more. Parang Boss ako ng sarili ko. In fact, medyo nasimulan ko nang i-establish ang sarili kong start-up na advertising company and so far, it's doing good."

"Wow, bigatin ka na pala talaga, may sarili ka nang business. Baka p'wede namang akong mag-apply sa iyo!"

"Ha! Ha! Ha! Naku, malamang, hindi ko kaya ang rate mo," sagot ni Dennis, sabay pinagmasdan ng husto ang kaharap. "Seriously, saan ka ba nagta-trabaho? Ano ba ang work mo ngayon?"

"Ha! Ako? A, e... ano, secretary lang... secretary ang trabaho ko dito."

Episode 3

Hmmm! Sino Kaya Ang Nagsasabi Ng Totoo?

"**Secretary lang! Excuse me... ang tataas yata ng sahod** ng mga secretary ngayon. At saka, haler... nasa Makati ka yata. Big-time ang mga companies dito and I'm sure ang tataas ng sahod ng mga empleyado dito -- di lalo ka na, sekretarya ka pa!"

"H-Hindi naman. Actually, kaya lang ako natanggap... kasi uncle ko yung may-ari nung company. Lauchengco Realty... sounds familiar to you?"

"Mmmm... Lauchengco Realty... Lauchengco Realty? I think I heard it before. Tama, tama... isa ito sa mga big-time, pagdating sa realty at housing, diba?"

Tumango si Denise.

"Oo nga, noong una kong narinig ang Lauchengco Realty, inisip ko na baka kamag-anak mo yung may-ari or baka ako ang long-lost relative. Ha! Ha! Ha! Wishful thinking on my part."

"Hi! Hi! Hi! Sabagay... pareho din kasi tayo ng apelyido! 'Di naman masamang mangarap!"

"Aba, nang-asar pa ito! Ha! Ha! Ha! Pero, as it turns out, at least I'm partly right... kamag-anak mo nga ang may-ari nito -- at uncle mo pa!"

"Oo... kaya nga... eto, natanggap na secretary... kahit wala pang masyadong experience at that time."

"Huy, huy, Denise! As if hindi kita kilala! I'm sure, daig mo pa yung mga ibang experienced secretary d'yan, pagdating sa galing at dedication sa trabaho. Sigurado ako, kahit hindi mo pa naging uncle yung may-ari... ikaw pa rin ang pipiliin nito!"

Nangiti ang dalaga.

"Thank you for the vote of confidence, Dennis... nakakataba ng puso. Kahit matagal na tayong hindi nagkikita... you still believe in me."

"Syempre naman! Alam mo naman na ever since, ikaw ang bida para...," biglang itinigil ni Dennis ang sasabihin at biglang binago ang usapan.

"Naku, e di tama ako! Ang laki-laki ng sahod mo ngayon?"

"H-Hindi naman," sagot ni Denise, "... eksakto lang sa pangangailangan ko."

"Weh, maniwala ako sa iyo! Ayaw mo lang siguro akong i-blowout! Tingnan mo nga ang damit mo, ang ganda-ganda -- branded... may etiketa, ika nga... halatang binili sa mamahaling shop o boutique. Pati nga relos mo, o... Rolex!"

"Shhhh! H'wag kang maingay d'yan... fake lang 'tong relos ko. Saka, itong damit ko, sa Divisoria ko lang binibili. Di ba, doon... doon t-tayo madalas namimili... noon..."

Natigilan si Denise at hindi itinuloy ang sasabihin. Bigla nitong binago ang usapan.

"Naku, dito kasi sa Makati... dapat maganda ang suot mo kahit sekretarya ka lang... kung hindi, baka madali kang masisante."

* * * * * * * * * * *

Kahit si Dennis ay parang natulala din sa nabanggit ng dalaga. Para hindi mahalata ay nag-apuhap ito ng itatanong.

"Uh... ahhh... maiba ako, saan ba yung place ng company na pinapasukan mo dito?"

"D'yan, o... dyan lang sa building na yan," sagot ni Denise, habang itinuturo ang isang building. Dyan sa Lauchengco Realty building yung pinapasukan ko."

"Aba! Akalain mo... d'yan sa building ding 'yan ako nag-freefreelance," sagot ni Dennis sabay napaisip.

"Teka... teka! Kung hindi ako nagkakamali... Lauchengco Realty din ang may-ari nang building na yan! Ayyy, ang shunga-shunga ko! Lagi kong nababasa sa nameplate nung building 'yung pangalan — pareho na nga ng apelyido ko... pero ni hindi nagre-register sa utak ko! Tama, Lauchengco Realty ang pangalan ng building na 'yan. Naku, mga bigatin ang mga kumpanyang umuupa d'yan!"

"H-Hindi naman. Kung mabigat ang mga 'yon... e di dapat bumagsak na 'yan, diba?"

Natigilan muna bago nakuha ni Dennis ang joke.

"Ha! Ha! Ha! Ikaw talaga... hanggang ngayon mahilig ka pa rin magbiro. 'Yan ang gusto ko sa iyo, yung pagiging palabiro mo... at masayahin."

* * * * * * * * * * *

Lihim na napangiti si Denise, "Syempre naman. S-Secretary na nga lang ako, magsusumingangot pa ako. E, di ako ang talo!"

"Tama ka naman d'yan. Teka, kamusta ka naman... m-married ka na ba... o lonely single?"

Medyo natigilan si Denise bago nakasagot.

"Uhm...ano...s-single pa rin... pero hindi lonely... at m-meron naman akong boyfriend — at bago ka mang-alaska... FYI... soon to be married na ako. Hi! Hi! Hi! O, e... ikaw, kamusta ka na rin? Ummm, happily married ka na ba o handsomely single pa rin?"

Se Dennis naman ang medyo nag-alangan bago sumagot.

"Ha... a, e... married na. Married na ako... ummmm... kakakasal ko lang... last year lang."

" A, ganun ba? Congratulations!" masayang sagot ni Denise. "E, sino naman yung malas na babae... este swerte pala! Salbahe ko, no? Hi! Hi! Hi!"

"A, naku, hindi mo kilala. Hindi natin ka-batch... ano... ni hindi nga natin ka-school."

"Ohhh, ganun ba? Sayang! Sana, ma-meet ko naman siya balang araw..."

"A, oo naman... sure! Ahh, o sige, tutuloy na ako. Nice meeting you again, Denise!"

* * * * * * * * * * *

Nakatalikod na si Dennis at papalakad nag biglang tumigil ito, lumingon at muling tinawag ang dalaga.

"D-Denise!"

Nagtatakang napatingin sa kanya ang tinawag.

"Uhmm, Dennis... b-bakit?"

"Ummmm... p'wede(?)... p'wede bang kapag nagkita ulit tayo... iti-treat kita! Kung okay lang sa iyo..."

"Treat mo ako... talaga?" parang natutulalang sagot ni Denise, sabay tila nahimasmasan at nakuhang magbiro.

"S-Sure... sure — sige ba... I'll hold you to it. Mind you, hindi ako makakalimutin... lalo na kapag libre! Hi! Hi! Hi!"

"Promise, Denise... promise. Treat kita... just like old times..." may halong kalungkutang pangako ni Dennis.

"O, sige... I... I'm looking forward to it."

Nagkaroon ng nakakailang na sandali bago muling nakapagsalita si Denise.

"O, o... sige... sige na! Nice meeting you, again. Babay na... male-late na rin ako sa trabaho, baka magalit na ang boss ko. S-See you...!"

Episode 4

Enrollment Blues

Hindi maiwasan ni Denise na muling maalala ang mga pangyayari kaya sila nagkakilala ni Dennis. Hindi niya mapigilan ang mangiti.

"(Sigh!) Nakakatawang isipin ngayon, pero nung time na 'yun, sobra-sobra ang pagkainis ko kay Dennis. Hihihi!"

((((((((O))))))))

Masikip ang gate ng UST nang dumating si Denise. Buong umaga siyang tumatakbo't nakikipaghabulan sa oras, at parang gusto na niyang mawalan ng pag-asa.

Ang layo ng bus stop, ang tagal ng pila ng mga sasakyan, at hindi pa siya nakababa ng maayos ay nalubog agad sa putik ang kanyang puting sapatos. Parang sinadya ng langit na gawing pang-MMK ang kanyang araw.

"Haaiisst! Seriously? As in today pa talaga?" bulong niya habang sinusubukang tanggalin ang putik gamit ang tissue na hinalukay pa niya mula sa kaibuturan ng kanyang bag.

Masama ang timpla niya. Hapo na, gutom pa. At sa gitna ng paglalakad patungong Fine Arts building, napunit pa ang kanyang blouse nang sumabit sa bakal na bakod habang nakikipagunahan sa ibang estudyante.

"Great! Greeeaaat!" sarkastikong sabi niya habang tinatakpan ang napunit na parte ng damit gamit ang kaniyang bag. Lalong uminit ang ulo niya nang makarinig ng malalakas na tawa sa likuran.

"Ano 'yan, fashion statement?" tukso ng isang babaeng nakasuot ng oversized shirt, may kasama pang dalawang lalaki na halatang bored lang at naghahanap ng mabibiktima.

Nilingon sila ni Denise, pinanlakihan ng mata, sabay hinablot ang bag na parang sandata.

"Excuse me, ha? Wala akong oras sa mga feeling funny pero sobrang baduy!"

"Uy, taray! Suplada si Ate!" sabay-sabay ang hagikhikan ng tatlo.

"Huwag niyo akong subukan ngayon, promise. Isang itulak niyo pa, baka may madiligan ng kape kahit wala akong bitbit na Starbucks!" banta ni Denise habang naglalakad palayo, iniiling ang ulo't pinipigilang mapikon nang tuluyan.

* * * * * * * * * * *

Pagdating sa Fine Arts office, halos wala na siyang hininga. Pinawisan, suminghot ng pawis sa leeg, at pakiramdam niya ay amoy LRT na ang buong katawan. Pero nagulat siya sa sinabi ng secretary.

"Miss, available pa po ang slot for that elective, pero kailangan niyo po ng written approval from your college dean."

"Ha? As in babalik pa ako sa MassComm office?" gulat niya.

"Unless gusto niyo pong ipa-fax na lang dito. Pero kung ako po sa inyo, tawagan niyo agad. Kung may friend kayo doon, mas okay."

Biglang sumilay ang ngiti sa mukha ni Denise.

"Si Tanya! Wait lang ha—" sabay dampot ng phone, dalidaling nag-text.

* * * * * * * * * * *

Hindi pa man natatapos ang lunch break ay dumating na ang fax. Miracle! Parang lahat ng inis niya kanina ay nabura nang maisama ang pangalan niya sa class list. Napangiti siya, kahit may pilit sa likod ng pagod.

Habang pauwi na, mabigat pa rin ang katawan niya pero may bahagyang gaan sa dibdib.

Hindi man naging perfect ang araw, at least nakahabol siya.

((((((((O))))))))

Dahan-dahan bumalik sa kanyang isip ang isang tanong. Isang imbitasyong galing sa kasalukyan.

"Iti-treat daw niya ako?" mahinang ulit niya sa sarili habang naglalakad.

Parang may malamig na hangin na dumaan sa paligid. O baka guni-guni lang niya. Hindi niya maipinta ang nararamdaman—halo-halo.

May kilig, may kaba, may konting inis.

Pero higit sa lahat... may tanong.

"Pero... bakit pa? May asawa na siya... (sigh). Dapat pa ba... kailangan ba?" tanong niya sa sarili habang tinatapik-tapik ang hintuturo sa bag na parang metronome ng mga tanong sa isip niya.

****

Samantala, nasa isang bench naman sa rooftop si Dennis. May hawak na sketchpad pero wala siyang naiguguhit. Ilang beses na niyang binura ang linya, ilang ulit na rin siyang bumuntong-hininga.

"Ahiii! Anong kapalpakan na naman 'yung naisip ko?" sabi niya sa sarili habang pinapalo ang noo gamit ang lapis.

"Bakit ko pa siya inalok? Kumain? Seriously, Dennis? Kumain? Wala na kayong obligasyon sa isa't isa. Hindi mo na siya p'wedeng guluhin pa."

Nanghihinang napalagay sa tabi ang sketchpad. Tumingin siya sa langit. Mabigat din ang dibdib. Hindi niya alam kung bakit, pero parang may kulang. Parang may iniwan siyang hindi na niya nabalik. Parang isang papel na hindi natapos—isang drawing na walang kulay.

* * * * * * * * * * *

"Masaya na siya, Dennis," paalala niya sa sarili. "At ikakasal na siya. Dapat tanggapin mo na. Tapos na ang lahat sa inyo."

Pero kahit anong pilit niya, kahit anong pagpigil, may isang bahagi sa kanyang puso ang kumakatok.

Si Dennis at si Denise.

Dalawang taong parehong sumugal, parehong nasaktan.

At ngayo'y parehong litong-lito kung bubuksan pa ba ang pinto ng nakaraan...

...o tuluyan na ba itong isasara.

Episode 5

Wahapen? CEO-kretary?

Mainit ang ihip ng hangin sa roof deck ng Lauchengco Building. Nasa tuktok ng isa sa mga pinaka-modernong gusali saMakati si Denise Madrid Lauchengco, nakatayo sa may railing habang pinagmamasdan ang mga sasakyang dumaraan sa EDSA. Sa likod niya, naroon ang glass doors ng executive lounge kung saan nagsasagawa siya ng impromptu na meeting kanina lang. Nakatapos siya ng tatlong kontrata sa loob ng isang oras — isang bagay na proud na proud siyang maisip.

Ngunit sa kabila ng lahat ng tagumpay na iyon, tila may kung anong bumabagabag sa kanya.

Huminga siya nang malalim, hawak-hawak ang kape niyang halos hindi na niya nalasahan. Tiningnan niya ang sarili sa salamin ng cellphone. Ayos naman ang makeup niya, maayos ang pagkaka-bun ng buhok, at ang outfit niya'y designer-level sa sobrang linis at tikas.

Pero bakit parang... may kulang?

Haaiisst...

* * * * * * * * * *

Bumalik sa isip niya ang eksenang hindi niya inaasahan—ang muling pagkikita nila ni Dennis. Sa street na malapit pa talaga sa building niya! Ang pinakaayaw niyang mangyari, 'yun pa ang dumating. At ang mas malala? Sinabi niya na isa lang siyang sekretarya.

Isang pangkaraniwang secretary lamang!

Haaiisst...

Hindi niya mawari kung paano siya napilitang magsinungaling. Napakatalino niya pagdating sa negosyo. Kahit ilang boardroom ang harapin niya, kayang-kaya niyang makipagsabayan. Pero kapag si Dennis ang kaharap niya... parang bumabalik siya sa pagiging college girl na kinikilig sa lalaking hindi naman siya pinili.

Hindi siya isang ordinaryong sekretarya lang.

Siya si Denise Madrid Lauchengco. Ang may-ari. Ang presidente. Ang CEO. Siya ang nagtatag ng Lauchengco Realty.

* * * * * * * * * * *

Hindi basta-basta lang ang pinanggalingan niya. Nagsimula siyang maging assistant accountant sa isang maliit na realty firm sa Makati. Nagka-budget, nag-ipon, nag-negosyo ng unti-unti hanggang sa nakuha niya ang tiwala ng ilang investors. Sa tulong ng tiyaga, talino, at tsamba rin paminsan-minsan, nakapagtayo siya ng sariling kumpanya.

Hindi naging madali.

Madalas, halos wala siyang tulog. Minsan, nagkukulang siya sa bayad para sa kuryente. Pero hindi siya tumigil. At ngayon, narito na siya — milyonarya, self-made woman, at kinikilala sa industriya. Isa na siya sa mga pinakamabilis umasenso sa real estate scene.

Pero bakit nga ba niya kailangan pang magsinungaling?

Naalala niya ang sinabi ni Dennis noong huli silang nagkita.

"Ang yaman talaga ng Lauchengco Realty. Biruin mo, sa kanila itong building mismo. Hehehe! Sayang, same surname pa naman natin sila, sana naanggihan din tayo ng grasya!"

Masakit na parang tinik ang bawat salitang iyon. Hindi dahil sa tono o sa pagkakabanggit, kundi dahil sa sariling lihim na siya ring may-ari ng building. Imbes na tanggapin ang compliment, imbes na sabihin ang totoo, ngumiti lang siya at nagkibit-balikat.

Bakit pa kasi?

Why did she lie?

* * * * * * * * * * *

Ano bang masama kung malaman ni Dennis ang totoo? So what kung may pride ito? Kung matapakan man ang ego niya, hindi ba't karapatan niya rin iyon? After all, iniwan siya noon. Hindi siya ang pinili. Hindi siya ang pinanindigan. At ngayon, may asawa na ito — tapos siya pa ang nag-aadjust?

Sheesh!

Para siyang tanga. Bakit siya nangingimi?

Matagal na silang tapos. Dapat nga ipagdiwang niya na hindi na siya 'yung dating Denise. Ngayon, kung gusto niyang ipaglandakan ang tagumpay niya, e, bakit hindi?

Pero...

Bakit nga ba hindi niya nagawang sabihin ang totoo?

* * * * * * * * * * *

Bumalik siya sa opisina, naupo sa leather chair na custom-made pa mula Italy, at pinagmasdan ang tanawin sa labas. Tila ba sa kabila ng lahat ng yaman, taas ng posisyon, at karangalan... may kung anong lungkot sa mata niya.

Inilapag niya ang kape at tinakpan ang mukha gamit ang mga palad.

"Ang arte ko..." bulong niya sa sarili. *"Pero totoo... ayoko siyang masaktan."*

Doon niya lang napagtanto ang mas malalim na dahilan sa likod ng pagsisinungaling niya — hindi dahil sa pride ni Dennis, kundi dahil sa sarili niyang takot. Takot na isipin nitong ipinagmalaki niya ang tagumpay. Takot na isipin nitong gusto pa niyang magyabang.

At higit sa lahat... takot na masaktan ulit.

* * * * * * * * * * *

Kahit pa sinasabi ng utak niya na wala na dapat siyang pakialam, tila ba ibang usapan na kapag puso na ang nakikisangkot.

Minsan, kahit ilang milyong piso pa ang kinita mo... hindi pa rin sapat para takasan ang dating sakit.

At kahit ilang palapag pa ng building ang pagmamay-ari mo, hindi pa rin nito kayang punan ang parte ng pusong nagkulang — parte ng pusong, sa kabila ng lahat, ay umaasa pa rin.

((((((((O))))))))

Humahangos na dumating si Denise para sa klase niyang Theology. Malayo ang Commerse building sa Fine Arts kaya nagkukumahog siya sa pagtakbo para hindi ma-late. Eksakto naman na kasisimula pa lang i-submit ang mga classcards sa kanilang professor. Pagkabigay niya ng classcard ay umupo siya sa harapang hilera ng mga silya.

Maya-maya pa ay may lumapit sa kanyang isang lalaki. Pasimple niya itong tiningnan. Halos tumalon ang puso nito sa tuwa.

Tahimik na nagtitili siya.

"Ahiiiii! Ahiiii! God... God... tinupad mo yung request ko! Thank you, thank you! O ,my God, I can't believe it... ang aking knight in shining armor, ang aking soulmate... naandito rin... naandito rin at classmate ko pa yata! Whheeeeee! Thank you, Lord... thank you! Enrique Gil, Ian Veneracion, John Lloyd... ikaw na ba 'yan? Hah! Hah! God... parang hihimatayin na yata ako sa excitement!"

"As class president, let me personally welcome you to our class!"

Lalong kinilig si Denise at sa isip-isip nito ay, "My God, ka swerte ko naman at naandito ang prince charming ko... at siya pa ang nag-welcome sa akin -- at siya pa ang class president! Guwapo... simpatiko at very accommodating. Ahiiii!!! Ano pa bang hahanapin ko! Thank you, God talaga! Ahahahay... kung panaginip lang ito... ayoko nang magising!"

"Miss... Miss?"

"Ahhh... ako nga pala si Denise... Denise Lauchengco!"

"Den... Denise... Lauchengco? T-Talaga? I mean, 'yun talaga ang pangalan mo?"

"O-Oo... bakit, is there something wrong with my name?"

Biglang nagsalita ang professor.

"May I have your attention, class? I will now check the attendance. Please answer loudly to acknowledge it."

****

Magsisimula nang mag-roll call ang Professor nang biglang pumasok ang apat na magugulong estudyante. Nagtutulakan at ang iingay ng mga ito habang papunta sa kanilang upuan.

Dismayado si Denise. Ito yung grupong nang-bully sa kanya noong nakaraang linggo.

Nagsimula nang tawagin ni Professor ang pangalan ng mga estudyante.

"de Leon, Noel!"

"Present!"

"Dagsa, Maridel!"

"Present!"

"Pancratius, David!"

"Present, Sir!"

" Meneses, Gwyneth!"

"Present"

Morales, Antonio the third"

"Here, Sir!"

"Lauchengco, Den..."

"Present!" agad sumagot si Denise habang itinataas ang kamay. Laking gulat niya nang may sumabay sa kanya sa pagsagot.

"Present, Sir!"

"...nis?" naguguluhang pagtatapos ni Professor.

Nagtatakang hinanap ni Denise kung saan nanggaling ang boses na sumabay sa kanya. Sa lider ng grupong kinaiinisan niya nanggaling ito. Galit na tiningnan niya ito at nagtama ang kanilang mga mata.

* * * * * * * * * * *

Nag-init ang ulo ni Denise nang makita kung sino ang sumabay sa pagsagot niya. Ang lalaking pasimuno sa pangbu-bully sa kanya noong enrollment.

"Haiisss! Aba... ang mokong! Talaga bang ayaw niya akong tantanan! Uhhhh! Ano kaya ang gusto nitong palabasin. Gosh! At nakuha pa niyang sumimangot sa akin -- the nerve! -- e, siya ang pasimuno!" galit na nasabi nito.

Dahil hindi makapagpigil, tumayo ito para harapin ang lalaki.

"Mister Mayabang," panimula ni Denise, "P'WEDE BA?!!! P'wede bang tantanan mo na ako? Pwede ba... itigil mo na itong pangha-harass mo sa akin! Hindi ka na nakakatuwa... nakakairita na ang ginagawa mo! Please act your age naman!"

"Teka... teka, Miss? Ano bang ginawa ko?"

* * * * * * * * * * *

Tinawag sila nang propesor, "Young man... and you, young lady... can you both please come here in front?"

Pagdating sa harapan ay agad nagpaliwanag si Denise.

"Sir, pasens'ya na po kayo. E, kasi naman po itong... itong guy na ito, wala na pong ginawa kung hindi ang b'wisitin ako!"

"Teka, teka, iha... kalma lang. Okay... ano ba ang problema mo sa kanya?"

"Binubully niya po ako, ginugulo..."

"A-Anong nanggugulo? Hoy, Miss..." nagsisimulang umangal ang binata.

"WAIT... WAIT, YOU TWO! I'm beginning to understand the problem now," wika ni Propesor habang tinitingnan ang mga classcards.

"Well, it seems, Miss Lauchengco..." pagpapatuloy ng professor, "it just so happens... (chuckle!) improbable as it is... kapangalan mo itong binatang ito," wika ng propesor.

"POOO!!! KAPANGALAN KO SIYA?" hindi makapaniwalang nabigkas ni Denise.

Sabay humarap ang dalawa kay propesor.

MAGKAPANGALAN PO KAMI? HINDI PO BA KAYO NAGKAKAMALI?"

((((((((O))))))))

Episode 6

Wala Nang Balikan – Never!

Mainit ang sikat ng araw sa kanto ng Salcedo Street, pero tila ba may sariling ulap si Dennis na sinusundan siya kahit saan—hindi ulan, kundi usok ng kahihiyan at kalituhan. Papasok na siya sa opisina, pero ilang beses na siyang lumagpas sa pinto. Balik, lakad, balik ulit. Parang nawawala sa sarili.

Haaiisst!

Hindi pa rin siya makapaniwala. Hindi pa rin maka-get over. Parang eksena sa pelikula 'yung nangyari kahapon. Akala niya tapos na ang kabanata. Akala niya sarado na ang libro. Pero ayun—binuksan ulit ng tadhana, pinabasa ulit sa kanya ang pinaka-masakit na pahina. At ang masaklap, hindi niya nagawang basahin iyon nang mataimtim. Hindi. Ang ginawa niya, parang batang pinagalitan, ngumiti pa!

"Ano ba 'yan, Dennis!" bulong niya sa sarili habang pinipilit ikubli ang pagdiin ng palad sa noo. *"Kaninong utak ang ginamit ko kahapon at inimbita ko pa siyang... kumain?!"*

Gusto niyang magmura, pero hindi siya gano'n. Hindi siya bastos. Pero grabe talaga—sa lahat ng pwedeng gawin, 'yon pa ang napili niya!

* * * * * * * * * * *

Tumigil siya sa harap ng vending machine sa lobby. Kahit hindi naman siya nauuhaw, bumili siya ng malamig na tubig. Baka sakaling matauhan siya. O baka ma-freeze 'yung gumugulong-gulong na kahihiyan sa loob ng dibdib niya.

"Hindi ba dapat galit ako?" tanong niya muli sa sarili. *"Hindi ba dapat... ang drama ko dapat ay 'I made it without you'?"* Pero hindi, hindi 'yon ang eksenang pinakita niya.

Ang balak niya, simple lang: kapag nagkita sila ulit, sisiputin niya ito ng tagumpay. Yung tipong walking advertisement ng success. New car, new watch, bagong signature shoes. Tapos tatawa lang siya. Cold. Detached. No eye contact. Basta may aura na, "Too late na, girl. I'm doing great without you."

Pero ano'ng ginawa niya?

Ngumiti. Kumaway. Nagtanong pa kung okay lang ba ito. Tapos ang pinaka-malupit—nagyaya pang mag-dinner.

Aiiieee! Nakakahiya!

Kulang na lang ay iabot niya rito ang resumé niya sabay sabing, "Look at me now, hired ulit!"

* * * * * * * * * *

Pumasok na rin siya sa elevator habang todo lunok ng pride. Hindi niya maamin, pero totoo—tuwa ang naramdaman niya nang makita ito. Hindi lang basta tuwa, e. Kilig. May halo pang gulat. At oo, nostalgia overload!

Parang biglang bumalik ang lahat: yung late-night phone calls, pag-kain ng kwek-kwek sa labas ng campus, at 'yung huling beses na nakita niya itong umiiyak.

Ang matindi pa—hindi lang mukha ni Denise ang naaalala niya ngayon. Maging 'yung tono ng boses, 'yung paborito nitong pabango, 'yung maliliit na kilos—lahat bumalik. Parang naka-4DX na sine sa utak niya. May sound, may amoy, may emosyon!

Pero hindi puwedeng matalo siya ng damdamin. Hindi siya pwedeng bumalik sa dati. Lalake siya—may pride. May plano. Kaya habang umaakyat ang elevator, nagsimula na naman siyang gumawa ng script para sa susunod na pagkikita.

"Sa next na pagkikita namin... dedma mode. Walang reaction. Chill lang. Professional. Tipong... 'Oh, hi. You're still here?' Ganern!"

Pero sa totoo lang, kahit anong rehearsal niya, alam niyang mahina siya pagdating kay Denise. Parang kryptonite. Lahat ng tapang niya, nawawala.

* * * * * * * * * *

Pagdating niya sa opisina, agad siyang sinalubong ng paborito niyang coffee mug na may nakasulat na "Laban Lang!" Napangiti siya, kahit pilit.

Sabay inom ng kape.

Tumango siya sa sarili at nagsimula nang magbukas ng laptop.

Pero habang nagta-type, hindi pa rin mapigil ang isipan niyang bumalik sa ngiti ni Denise. Sa paraan nitong tumingin. Sa mga salitang binitiwan nito na tila walang malisya, pero punong-puno ng dati.

Pero deny to death pa rin siya sa nararamdaman niya.

"Aaaaaarrgghh! Mali! Mali! Maling-mali ang ginawa ko. Hindi dapat ganoon ang nangyari. Dapat, inisnob ko siya. Dapat binale-wala ko ang pagkikita namin."

Pilit niyang ipinagtanggol ang sarili.

"(Sigh!) S-Siguro... siguro, nagulat lang ako... medyo nabalik ang nakaraan... ang mga ala-ala... kaya ganoon ang naging reaksyon ko."

Muli na naman siyang nagplano sa susunod niyang hakbang.

"Hindi pa huli ang lahat. P'wede ko pa itong itama. Dapat, maging handa na ako sa susunod naming pagkikita. Dapat mas tigasan ang resolba ko. H'wag dapat magpapadala sa emosyon ko — hindi ako dapat magiging... sentimental. TAMA, TAMA! 'Yun ang nararapat kong gawin!"

Episode 7

Lokohin Ninyo ang Lelong N'yong Panot!

Buo na ang lahat kay Dennis. Kung saka-sakaling muli silang magkita ni Denise, hindi na niya ito papansinin. Kung maaari ay iiwasan niya ito. Siguro, hanggang "hello" at "hi" na lang kung talagang hindi maiiwasan na magkasalubong sila. Pero, bukod pa doon ay wala na. Hindi rin nito uungkatin ang tungkol sa alok niyang lumabas sila. Kung magtatangka itong kausapin siya ay sasabihin niyang saka na lang at naghahabol siya ng deadline. Siguro naman ay makakahalata na ito na ayaw na niyang makipag-reconnect ulit.

Iyon ang tangi niyang gagawin.

* * * * * * * * * * *

Ganito rin ang nasa isip ni Denise. Para sa kanya, panahon na para tuldukan kung anuman ang ang naging nakaraan nila. Ito ay nakaraan na at wala nang magandang kapupuntahan kung dudugtungan pa nila muli ito.

Kung sakaling man na magkita sila muli nito ay iisnabin na lang niya ito. Para naman hindi siya magmukhang rude, konting ngiti at tango na lang ang isusukli niya dito kung magkasalubong sila. Kung tatangkain pa nitong kausapin siya ay sasabihin niyang busy siya at saka na lang.

Ipapaalam din nitong siya ang nagmamay-ari ng building na pinapasukan para mailang na itong lapitan o kausapin siya. Senyales na ito sa kanya na tapos na ang lahat sa kanila -- kung anuman 'yon.

Iyon dapat niyang gawin.

* * * * * * * * * * *

Mag-isang nakasakay sa elevator si Denise habang bumababa ito. Alanganin na kasi ang oras. Two-thirty na nang hapon pero ngayon pa lang siya kakain ng tanghalian. Masyado kasi siyang nasubsob sa ginagawa dulot ng maraming papeles na kailangang pag-aralan at pirmahan. Hindi tuloy niya namalayan ang paglipas ng oras. Nakalampas na ang tanghali bago siya tuluyang natapos.

"(Groan!) Gutom na ako! Naku, ano na lang kaya ang aabutan kong pagkain sa canteen?" dismayadong naisip nito. *"Pag ganitong oras, sigurado akong wala nang matinong makakain doon!"*

Maya-maya ay tumigil ang elevator sa isang palapag at bumukas ito. Nanlaki ang mga mata ni Denise. Si Dennis ang bumungad pagkabukas ng pinto.

"Dennis!"

"Denise!"

* * * * * * * * * * *

"Saan ka pupunta?" pormal na tanong ni Dennis pagkasakay sa elevator.

"Huh? D'yan lang... d'yan lang!" pormal ding sagot ni Denise at naisip, *"Tama na 'yon, tama na 'yon. Hindi ko na dapat pahabain pa ang usapan namin. Kung tatahimik ako, siguro makakahalata s'ya na ayoko nang makipag-usap sa kanya."*

"Uhumm!" maikling sagot ni Dennis at tumango-tango lang. Katulad ni Denise, desidido siyang hindi na makipag-usap.

"(Sigh!) S-Siguro, dapat lang ng ganito magtapos muli ang pagkikita namin," malungkot na nasabi nito sa sarili, *"sa ganito din lang kami nag-umpisa... ang pagiging magka-away... ganun na lang din siguro dapat matapos..."*

((((((((O))))))))

Sa ilang araw na pagpasok ni Denise, lalong nadagdagan ang pagka-inis ni nito sa grupo. Bukod sa pagiging magugulo sa klase, parang walang disiplina ang grupong ito. Palaging nagku-kwentuhan, nagtatawanan at nasa labas ng kwarto ang apat, lalo na kapag hindi pa dumadating ang kanilang propesor. Hindi sila katulad nina Antonio na well-behave, tahimik mag-usap at nasa loob ng ng silid kahit wala pa ang kanilang propesor.

"Dennis Lauchengco?"

"Here, Ma'am!"

"Well, congratulations. You got the highest grade in our last exam!"

Tuwang-tuwa naman si Dennis. Kulang na lang na lumutang siya sa alapaap sa tuwa.

"Wow, Bro... blow-out ka naman d'yan!"

"Dennis... you're the man!"

* * * * * * * * * * *

Panay ang ngiti at kaway ni Dennis sa mga pumupuri sa kanya. Akala mo kandidato na sinasalubong ng mga supporters niya.

Mayabang itong tumingin sa direksyon ni Denise. Inirapan lang siya ng dalaga.

"INGGIT KA LANG!" ang iminustrang salita ni Dennis.

Ililigpit na ni Prof ang mga papers nang muling napatingin ito. Natigilan ito.

"Uhm! Wait... wait! It seems like I committed a mistake!" wika nito, sabay konsulta muli sa mga test papers.

"Tsk! Sorry,sorry... nagkamali ako," pagpapatuloy nito, "I'm sorry, Dennis... ah, e... it appears si MISS DENISE G. LAUCHENGCO pala yung nakakuha ng highest score... hindi ikaw! My mistake, I apologize."

"A, e... ganon ba Ma'am... o-okay lang po."

"Uhm... don't worry, Dennis... pumasa ka naman!"

"Hehe, ganon po ba? A, e ano po namang grade ko? Mataas din po ba?"

"Oh... ah... hindi rin, e..."

Tawanan ang buong klase.

"M-Medyo mataas?"

"Hindi rin..."

"K-Konting mataas?" hirit pa rin ni Dennis.

"Okay na yun, Mr. Lauchengco. You passed.... don't ask about your grade anymore!"

Lalong nagtawanan ang mga naandoon. Panay alaska ang inabot ni Dennis lalo na sa barkada niya.

Ha! Ha! Ha! Sayang... top notcher na... nawindang pa!"

"Bro, sayang... sa ispeling lang ng pangalan nagkatalo! Ha! Ha! Ha!"

"Akala ko talaga... bumaliktad na ang mundo! Akalain mo... ikaw makakakuha ng mataas na grade? Hampasabol! Ha! Ha! Ha!'

"Palitan mo na kasi ang pangalan mo! No contest ka naman dun sa katukayo mo! Ahahaha! Ha! Ha!

Nakitawa na rin si Dennis at nagsabing, "At least... pumasa! Ha! Ha! Ha!"

Pasimple nitong tiningnan si Denise. Halatang galak na galak ito sa kinalabasan ng pangyayari. Lalo itong natawa nang mahuling nakatingin siya sa kanya.

"Beh! Buti nga sa iyo... ang yabang mo kasi!" ang nabasa ni Dennis na sinasabi ng dalaga sa kanya.

((((((((O))))))))

Episode 8

Mahirap Gumawa Ng Dahilan Kung Wala Naman

Isang nakakabinging katahimikan ang namayani sa loob ng elevator habang patuloy itong bumababa sakay ang dating "magkaibigan." Lalo pang naging nakakailang ito dahil walang ibang sumakay sa elevator.

Sa wakas ay dumating sila sa unang palapag kung saan sila parehong bababa. Pagkabukas ng pinto ay nauna agad lumabas si Dennis. Ni hindi ito nagpaalam kay Denise.

"Rude na kung rude," naisip nito, *"buti na 'yung ganito para matapos na ang lahat!"*

* * * * * * * * * * *

Paglabas naman ni Denise ay may nakasalubong itong kasamahan sa trabaho.

"Ma'am! Ngayon lang po ba kayo kakain ng tanghalian? Naku, baka naman mapasama kayo n'yan?!!"

"Hah! A, e... Oo! Ang dami kasing mga paper works na kailangang tapusin."

"Uhmm, sige Ma'am... ingat!"

Hindi nakaligtas kay Dennis ang usapang iyon. Nagbago ang itsura ng mukha nito at binalikan si Denise.

Laking gulat ng dalaga nang makitang nasa harapan niya muli ito.

"D-Dennis, bakit...?!!"

Walang pasi-pasintabing pinagalitan siya nito.

"Ibig mong sabihin... hanggang ngayon hindi ka pa kumakain ng tanghalian?!!!" galit na tanong nito. Nang marinig na hindi pa kumakain ang dalaga, nangibabaw ang pag-aalala nito.

"Hah? Ano... kasi, kasi... maraming trabahong kailangang tapusin sa office," sagot ni Denise na halatang naguluhan sa nangyayari.

"Kahit pa! Alam mong masama kapag nalipasan ka nang gutom! Dapat inuuna mo ang sarili mo! Paano kung magkasakit ka dahil sa pagod at gutom? E, di ikaw ang kawawa. Nasa'n ba 'yung boss mo at haharapin ko?"

"W-Wala, wala! Nasa abroad... ipinagbilin lang sa akin yung mga trabaho," dahilan ni Denise.

"E, ganoon naman pala! E, bakit ka nagpapakamatay sa pagtatrabaho? Paano nga kung magkasakit ka? Ha, ha... paano na?!!!"

"K-Kasalanan ko rin naman," patuloy na pagdadahilan ng dalaga, "nalibang ako sa ginagawa ko at hindi ko na napansin ang oras. Hindi ko namang sadyang hindi kumain..."

"Kahit na... hindi mo dapat gawing dahilan 'yon! Diba kabilin-bilinan ko sa iyo h'wag kang magpapagutom? Halika, sumama ka sa akin at kakain tayo sa labas!"

* * * * * * * * * *

Hindi maiwasan ni Denise ang mangiti sa ginawang pag-aalala sa kanya ng kaibigan. Katulad pa rin ng dati, lagi siya nitong inaalala.

Napansin naman ito ni Dennis.

"O, bakit ngingiti-ngiti ka d'yan?" tanong nito at saglit na napaisip.

"Ahhhh! Alam ko na! Nag-promise nga pala ako sa iyo na ititreat kita kapag nagkita tayo. Oo nga pala! Ayun, kaya ka siguro nangingiti d'yan!"

Pansamantalang natahimik si Denise. Muling naalala ang resolbang putulin na ang lahat sa kanila ni Dennis.

Napansin naman ito ng lalaki at nagtanong, "Denise?"

Pero, buo na ang pasya ng dalaga. Tatapusin na niya ang lahat sa kanilang dalawa.

Muling nasabi nito sa sarili, *"Stop na dito. This is where it ends -- gustuhin man niya o hindi! Sori, sori... pero, wala nang katuturan kung ipagpapatuloy pa namin ang muling magkalapit. Dito na dapat matapos ito... ang pagiging magka-away namin sa isa't isa!"*

((((((((O))))))))

Nasisira ang araw ni Denise tuwing makikita niya ang Fab4, ang tropa ng taong pinakaiinisan niya — si Dennis.

"Haaaiiisss! Nakita ko na naman ang apat na wannabees! Mga KSP... childish at mga immature na mga tao. Ang tatanda na, hindi pa rin maalis yung mga ka-krung-krungan! KAINISSS! Bakit kaya hindi na lang mag-drop ang mga ito? Ka-imbyerna!"

Pero kahit galit siya dito, hindi niya maikaila na hindi totoong mga trouble makers ang mga ito. Tulad nga ng sabi nag magulang niya, mga immature at childish, pero hindi bullies. Kung tutuusin, sila nga ang class clown. Mapagbiro at mahilig magpatawa ang mga ito.

Taliwas sa mga sinasabi ni Antonio, maraming kaibigan ang grupo nina Dennis. Kung tutuusin nga ay vibes sila ng buong klase maliban lang sa grupo ng mga elitista.

Ayaw man tanggapin ni Denise sa sarili pero nakikita niya na ang grupo ni Antonio mahirap pakisamahan.

Pakiramdam nga niya ay parang napipilitan lang siyang makisalimuha sa buong klase. Pakiramdam din niya ay pakitang-tao lang ang pakikitungo nila sa kanya dahil "nanliligaw" sa kanya si Antonio.

Hindi rin naman siya komportable sa mga ito at nakikipag-plastikan lang siya.

Siguro, kung hindi sila nag-away ni Dennis, baka mas naging close pa siya sa mga ito kaysa sa grupo ni Antonio. Ayaw lang niyang aminin dahil nauunahan na siya ng galit tuwing makikita ang grupo nila.

Tulad ng dati ay magiliw siyang sinalubong ni Antonio.

"Hey! Here comes the sunshine of my life! Buo na naman ang araw ko!"

Ngiti naman ang isinukli ni Denise sa papuri. Hindi sinasadyang napatingin siya sa direksyon ni Dennis. Huling-huli niya na nakatingin siya sa kanila.

"Hmmmp! Hindi mo ako type? Siguro duling ka!" nasabi nito sa sarili, sabay irap sa binata.

((((((((O))))))))

Episode 9

Stop Na Talaga, Final Na

Sandaling natigilan si Denise. Heto na ang pinaghan-daan niya. Ang pag-imbita ni Dennis na lumabas SILANG DALAWA. Kung pauunlakan niya ito, madudugtungan na naman ang kahapon nila.

Dapat pa ba o hindi na?

"Hindi! Stop na dito. Tapos na ang lahat sa amin. Ang nakaraan ay nakaraan na... and it's too late for anything. Nothing good will come out of this. May sari-sarili na kaming mga buhay. Wala nang saysay para dugtungan pa namin ito. Paninindigan ko na ang plano ko. Dito na matatapos ito... maybe it's better this way!"

Napukaw ang ang pagmumuni-muni nito nang muling magaya si Dennis.

"Denise, let's go! Ito na yung blow-out na promise ko sa iyo last time! Let's go -- saan mo gustong kumain? Huwag ka nang magpabebe. O, baka naman, gusto mo pang buhatin kita?"

Pero desidido na talaga ang dalaga na tapusin na ang lahat sa kanila.

"Dennis... I'm sorry, pero..."

Napatingin and dalaga sa kaibigan. Nakangiti ito sa kanya, puno ng sigla ang mukha habang nag-aanyaya. Nalusaw ang lahat ng plano niya.

"...sorry sa iyo at gutom na gutom na ako. Hi! Hi! Hi! Tara, let's go! Ihanda mo ang wallet mo!"

((((((((O))))))))

"Class, I'm sorry but we have to vacate this room. It's scheduled for repainting today," ini-announce ng propesor nila sa Math.

"Yehey! Walang klase," hiyawan ang grupo nila Dennis, sabay tayo at naghanda nang umalis.

"Not so fast, young man. The room on the far end of this building is vacant, so we will just transfer there.

"Ha! Ha! Ha! Pahiya... pahiya!" alaska ng mga classmate nila.

Hindi maiwasan ni Denise na matawa, lalo na't yung taong kinaiinisan niya ang sentro ng biruan

"Hi! Hi! Hi! Buti nga sa kanya!" ang naisip nito. "Puro kasi bulakbol ang nasa isip! Hi! Hi! Hi!"

* * * * * * * * * * *

May mga naunang nagpuntahan sa room. Maya-maya pa ay may mga bumalik.

"Sir, walang mga silya doon sa kwarto!"

"Uhmm... well I guess you have to bring your chairs there. (Chuckle!) Unless you want to sit on the floor!"

Nagkanya-kanyang buhatan sila ng silya. Sina Dennis at ang grupo nito ang nangunguna sa lahat. Malayo rin ang kabilang kwarto kaya hirap ang ilan lalo na ang mga kababaihan. Tulad na lang nila Denise at Mary.

"Hmmmp! Tingnan mo yung mga mokong na 'yon... palibhasa mga lalaki... sarili lang ang iniisip!" nasabi nito.

"Awwws, nagalit na naman ang sistah ko!" puna ni Mary.

"O, tingnan mo lang ngayon... ang yayabang magbuhat ng mga silya nila... nang-aalaska pa sa iba? Hindi man lang isipin na tulungan ang mga babaeng classmates nila!"

"Tulad... natin?" panunukso ni Mary.

"Haay... kung sila lang ang tutulong sa akin... MAGPA-PATUKA NA LANG AKO SA AHAS! Saka, huwag kang umasa, Mary. 'Yang mga klase ng mga taong 'yan... sarili lang nila ang iniisip! Walang pag-asang tutulong 'yan sa ibang tao!"

* * * * * * * * * * *

Natigil ang kwentuhan ng dalawa ng makita nilang bumalik ang grupo nina Dennis. Isa-isa nitong kinuha ang mga silya ng mga babaeng classmates at sila na ang nagbuhat.

"Ehemm, ano kamong sabi mo... tungkol sa mga mokong na 'yon?" pa-alaskang tanong ni Mary.

"Hah! Pustahan tayo... hindi na babalik ang mga iyan!"

"Huwag naman... hah! hah!... nasa kalagitnaan pa lang tayo at mahaba-haba pa ang lalakbayin...

Ttuwang-tuwa si Mary ng nakitang pabalik ulit sina Dennis, "AYAN... AYAN NA ULIT SILA! O, sabi ko na sa iyo... babalik ang mga 'yan! Haaay, salamat!"

* * * * * * * * * * *

Nang makita ni Denise na pabalik na muli sina Dennis ay sinadya n'yang magpahuli ng bahagya kay Mary. Tanggap naman niya na hindi siya tutulungan ng mga ito, kaya gumawa siya ng paraan para naman hindi siya kahiya-hiya at mukhang kawawa.

Tulad ng inaasahan ni Denise, hindi nakuha ang silya niya.

Nakita ni Denise na napatigil si Dennis sa paglakad. Saglit itong lumingon sa kanila.

Umiwas ng tingin si Denise at kontodo taas ulo pa ito. Chin up, defiant ika nga. Ayaw nitong magmukhang kaawa-awa.

"Hmmp! Titingin-tingin ka pa," isip-isip niya, "gusto mo lang sigurong magyabang at lait-laitin ako! Gusto mo sigurong

magmukha akong kawawa at pagtawanan! (Sniff!) Sige... magsaya ka! Magsaya ka dahil napahiya mo ako!"

Laking gulat niya nang makitang ibinaba ng binata ang dala-dala. Mabilis na bumalik at kinuha ang silya niya. Dahil hindi niya ito inaasahan hindi niya nakuhang tumanggi. Palakpakan ang lanat nang nakakita.

"Wow! Iba ka, Bro!" banat ni Allen.

"Yes, iba talaga pag si Bossing ang dumiskarte!" dagdag ni Vince.

"Hi! Hi! Hi! Wala akong masabi!" sabi ni Mary.

Si Denise naman ay tulalang napatingin na lang sa papalayong imahe ng binata.

Lumapit si Mary kay Denise at siniko ito, " Ano kamo yung sabi mo, Sis? Pine-personal ka kamo?"

Nang hindi kumibo ang kinakausap ay yumapos ito sa likod at itinanong.

"Saan parte ng katawan mo... gustong magpatuka sa ahas? Hi! Hi! Hi!"

Isang malakas na siko sa tiyan ang isinagot sa kanya ni Denise.

"AAARRAAAYYY!" Si sistah naman... pikon! Hihihi!"

((((((((O))))))))

Episode 10

Mami at Mga Alaala Ng Nakalipas

Pagkapasok na pagkapasok pa lang nila sa loob ng Mami House, agad na hinatak ni Dennis ang isang upuan at itinulak ito kay Denise, bago siya umupo sa tapat nito.

Hindi pa man nakakabawi ng hininga si Denise ay bumulaga na agad ang matinding pag-aalburuto ng lalaki.

"Di ba kabilin-bilinan ko sa 'yo noon... h'wag na h'wag kang magpapalipas ng gutom?!!" mariing sambit ni Dennis habang nilalagay ang bag niya sa gilid at kinukutkot ang tissue dispenser sa mesa.

"E, kasi—"

"Hay, naku!" Pinutol agad ni Dennis ang paliwanag niya, sabay igting ng kilay. "Kahit pa sabihin mong marami kang trabaho o utos ng boss mo 'yon... ang dapat na prioridad mo... 'yung kalusugan mo! Paano kung nagkasakit ka... o nagka-ulcer ka... o nabutas yang t'yan mo dahil sa gutom? May pake ba sa 'yo ang opisina mo? Wala, di ba?!!"

* * * * * * * * * * *

Napapikit si Denise, hindi dahil sa sermon kundi sa kakaibang kilig na nararamdaman. Isang parte sa kanya ang nagulat na... ganito pa rin pala si Dennis. 'Yung tipong kahit anong mangyari, siya pa rin ang nag-aalala sa simpleng bagay—tulad ng hindi pagkain sa tamang oras.

Sa loob-loob niya, "Nakakatuwa naman. Hanggang ngayon, benebeybi pa rin niya ako. Parang katulad lang ng dati..."

Pero bago pa siya tuluyang lamunin ng kilig, muling nagsalita si Dennis.

"O, tingnan mo sarili mo! Ngingiti-ngiti ka na naman d'yan na para kang nasisiraan ng ulo. Haaaaayyyy, naku, baka epekto na 'yan dahil nalipasan ka ng gutom! Ayan, nasisiraan ka na ng ulo!"

At doon na nga, hindi na napigilan ni Denise ang mapatawa.

"Hi! Hi! Hi! Ikaw talaga Dennis... masyado kang over-dramatic. Ginawa mo pa akong luka-luka!"

Napailing si Dennis pero sumabog na rin sa tawa.

"Ha! Ha! Ha! Luka-luka raw o! Eh ikaw talaga, e. Wala kang patawad sa sarili mo."

Akma na namang magpapagalit si Dennis, pero agad siyang inunahan ni Denise habang pinipigilan ang sarili sa kakatawa.

"(Giggle!) Opo, manong... hindi na po ako magpapakagutom muli! Tama na po ang sermon. Paano naman ako makakakain ng matino n'yan kung hindi mo ako titigilan? Hi! Hi! Hi!"

At ayun na naman sila, nagtatawanang parang wala nang bukas. Parang sila lang ang tao sa Mami House na 'yon.

* * * * * * * * * * *

Natigil din ang kanilang tawanan nang dumating ang kanilang order. Inilapag ng waiter ang tray ng pagkain at sabay-sabay silang napatingin dito.

"Wow, natuwa naman ako," sabik na sambit ni Denise, habang inaayos ang kanyang kutsara at tinidor.

"Hanggang ngayon, tanda mo pa rin ang paborito ko! Chicken mami at bola-bola siopao."

Ngumiti si Dennis habang inaayos ang lauriat meal niya.

"Sa 'yo naman, tulad din ng dati... chicken mami at siopao. And as usual... sa 'yo pa rin ang butse na kasama nito." At inabot niya ito kay Denise.

"Hi! Hi! Hi! Thank you! Thank you!" Galak na galak si Denise habang tinatanggap ang butse. "Ang bait-bait mo talaga!"

"Asus!" kunwaring reklamo ni Dennis. "E kung hindi ko ibinigay sa 'yo 'yang butse, e siguradong aawayin mo ako!"

"Hi! Hi! Hi! Buti naman at tanda mo!"

"Syempre!" sagot ni Dennis na may halong yabang.

"Makakalimutan ko ba 'yon... e diba ang tagal tagal nating mag—"

Bigla siyang natigilan.

Hindi niya natapos ang sasabihin.

Parang may pumigil sa lalamunan niya, sabay ng biglang katahimikan na bumalot sa kanilang dalawa.

* * * * * * * * * * *

Nagkatinginan sila.

Sandaling tila may bumalik na eksena sa pagitan ng kanilang mga mata. Isang alaala, isang piraso ng nakaraan na parehong masarap at masakit.

"Uh-uh... ahhh... ummm... ku-kumain na tayo," sabi ni Dennis, halatang umiwas ng tingin. "Lumalamig na ang pagkain natin."

Tumango lang si Denise. Nagtikim ng sabaw mula sa mami niya at biglang napangiti sa sarili.

Tahimik silang kumain.

Walang imikan.

Pero sa loob nila, parang may mga sigaw na gustong kumawala.

* * * * * * * * * * *

Sa bawat subo ni Denise, sumasabay ang paghugot ng alaala—mga gabing ginabi sila sa pagreview noon sa library, ang mga lunch break na magkasama silang namimili ng siopao, ang mga buntong-hiningang puno ng sana pero walang lakas ng loob na sabihin.

Kay Dennis naman, bawat kagat ng inihaw na baboy at bawat halo ng pancit canton sa lauriat niya, parang lumalabo ang linaw ng isip niya.

Ang dating matatag na desisyon na iwasan si Denise... biglang natitinag.

Mabilis ang oras. Pero mabigat ang hangin. May tahimik na damdaming bumabalot sa kanila habang tinatapos ang simpleng hapunan.

At kahit hindi nila sabihin nang harapan, pareho nilang alam na ang bawat pagngiti, pagtitig, at pagkakatanda sa mga paborito ng isa't isa—ay hindi simpleng kabisado lang...

Kundi isang palatandaan na hindi pa talaga sila nakalimot.

Episode 11

Ang Tunay Na Kwento

Bigla naalala ni Denise ang huling usapan nila ni Mary nang nagkasalubong sila noong nakaraang buwan.

"Uy, hija, ang ganda-ganda mo! Para kang galing sa Rich and Famous ah!" biro ni Mary, tila may halong pangangantyaw.

"Eh ikaw, Mary, 'di ka naman pahuhuli! Balita ko, isa ka na sa mga bigating stockholder ng ABM Telco. 'Wag kang maarte, aminin!"

"Hihihi! Guilty as charged!"

* * * * * * * * * * *

Dahil sa excitement, napadpad sila sa isang restaurant na malapit doon at inubos ang buong hapon sa kwentuhan at tawanan. Habang nag-uusap, hindi nila napigilang balikan ang mga kalokohan at masasayang alaala noong kolehiyo.

Bigla, may naisip si Mary. "O, by the way... may balita ka ba kay Antonio lately?"

"Hmmm, wala masyado," sagot ni Denise. "Kung tama ang pagkakaalala ko, successful din siya sa hotel business."

"Eh 'di naman nakakagulat, 'no? Minana niya lang 'yung chain of hotels nila dito. Pero aside doon... hindi ka ba nakapag-usap sa kanya?"

"Sa totoo lang, Mary, hindi na kami nagkausap ni Anton... mula nung grumaduate tayo. Bakit mo naman naitanong?"

May kung anong naglaro sa mata ni Mary.

"Kasi... nakausap ko siya bago ka umalis papuntang abroad. At 'yun din ang dahilan kung bakit kita tinawagan bago ka sumakay ng eroplano."

"Ah, oo! Naalala ko 'yun! Ang cryptic mo pa nga noon, tapos nakalimutan ko na lang. Ano ba 'yung pinag-usapan niyo ni Anton at bigla mo 'kong kinulit?"

"(Sigh!) Ang tagal na noon, at baka wala na ring kwenta... pero sa tingin ko, dapat mo pa rin malaman."

At dito na nagsimulang ikwento ni Mary ang mga pangyayari noong araw na 'yun—ang huling beses na nagkita sila ni Antonio bago umalis si Dennise.

* * * * * * * * * *

Niyaya ni Antonio si Mary na mag-snack para ikwento sa kanya ang nangyari. Matagal-tagal din bago natapos si Antonio sa pagsasalaysay.

"Kaya nga, hiyang-hiya ako kina Dennis. After all the troubles I've done for them... nakuha pa rin nila akong tulungan. At ni wala akong narinig sa kanilang pangungutya o whatever. Tinulungan nila ako unconditionally."

Tumango-tango si Mary.

Nagpatuloy si Antonio.

"Alam mo... nung time na akala ko... mamamatay na ako — my life seems to pass by. At doon ko naisip... kung gaano ko sinasayang ang buhay ko. Nung tinulungan ako ng Fab4, that's when it hit me — dapat magbago na ako. And I'm working on it. Sana, Mary... you too, can give me a second chance."

Mabilis namang nahulog ang kalooban ni Mary.

"Oo naman, Anton. 'Yung nakikita ko ngayon — I like it! Bakit naman hindi kita bibigyan ng second chance."

"Thank you, Mary!"

"Sayang, wala na si Denise. Sana... ," hindi natapos ni Mary ang sasabihin nang biglang may pumasok sa isip niya.

"Speaking of which, Anton... naalala mo ba 'yung time na nakita mo si Denise sa building nila... habang hinihintay si Dennis...?"

"Aren't you even ashamed? A pretty girl like you... running after... uhmm — never mind! (Snicker!) Look at you... standing here all alone... naghihintay — NAGHAHABOL SA LALAKING WALA NAMANG GUSTO SA IYO!!"

Umugong ang usapan sa paligid. Pakiramdam ni Denise ay nakatingin ang lahat sa kanya at pinag-uusapan siya. Gusto niyang sampalin si Antonio, pero nagpigil siya dahail nararamdaman niyang ito talaga ang gusto nitong mangyari. Kung sakali, lalo lang maiiskandalo at maniniwala ang nakapaligid kung gagawin niya ito.

Upang hindi naman lubos na mapahiya, napilitang magsinungaling si Denise.

"A-Anong hahabol-habol? Nagkakamali ka yata, Antonio. Kabaliktaran ito ng iniisip mo!"

Oh, reaaalllly?" nakakaloko muling patutsada ni Antonio.

* * * * * * * * * *

Kasalukuyan namang parating na si Dennis at narinig ang mga huling binitawang salita ni Denise.

"... si Dennis ang naghahabol sa akin," wika ni Denise. "FYI, WALA AKONG GUSTO SA KANYA. Nakikisama lang kami ni Mary. Pina-patronize lang namin sila. I mean, sino ba naman kami para umayaw kung gusto nila kaming pagsilbihan at i-pamper. Other than that, HANGGANG MAGKAIBIGAN LANG KAMING DALAWA."

* * * * * * * * * *

Nakita naman ni Antonio ang pagdating ni Dennis. Kunwari ay hindi niya ito napansin at nilapitan ng husto ang dalaga. Sa mata ni Dennis ay tila napaka-sweet nilang dalawa.

"O, sige, sige... tama na. I understand it. Can you forgive me?"

Bagama't nagulat sa biglang pagkamb'yo, pansamantalang humupa ang galit ni Denise.

* * * * * * * * * * *

Sinamantala ito ni Antonio at biglang hinawakan ang dalaga sa magkabilang-balikat. Bago pa nagawang makaiwas ni Denise ay inilapit niya ang mukha sabay bumulong.

"I'm happy for you, Denise. I hope we still stay as friends. Can I just hug you... one last time?"

Hindi na hinintay nito na makasagot si Denise at mabilis na niyakap ito.

Sa bilis ng pangyayari, hindi nakuha ni Denise na makatanggi.

Sa kanyang kinatatayuan, kitang-kita ni Dennis ang animong pagyakap ni Antonio. Nakita pa niyang sinulyapan siya nito at ngumisi nang punong-puno ng panlalait at pangungutya.

Nagdurugo ang puso niya sa sakit na nararamdaman. Hindi na niya nakayanan ang lahat. Dahan-dahan siyang tumalikod bago mabilis na lumakad papalayo.

* * * * * * * * * * *

Inamin ni Antonio na gawa-gawa niya ang lahat kaya nagkasamaan ng loob sina Dennis at Denise. Na siya ang puno't dulo nang di pagkakaunawaan ng dalawa.

"I'm truly sorry for what I did," wika niya.

"Nung magkakasama kami nina Dennis, gustong-gusto ko nang aminin ang lahat nang ito. Kaya lang, hindi ako nagkaroon ng pagkakataon. Plano ko sana ay pagbatiin ko silang dal-

awa, pero dahil na-ospital ako dahil sa mga bugbog na tinamo ko... hindi ko agad nagawa ito. At ngayon nga ay nakaalis na si Denise..."

Pero hindi na nakikinig si Mary dahil naisip na hindi pa huli ang lahat.

"Sheeesshh! Dapat malaman nina Denise at Dennis ito!"

* * * * * * * * * * *

Matapos makausap si Mary, mabilis na nagtungo si Dennis sa airport upang mahabol si Denise.

Hindi pa halos humihinto ang taxi ay lumalabas na siya at kumakarimpas ng takbo.

Nakita niya si Denise na papasok na sa loob ng departure area.

"Den... Denise... " nagsisimula na siyang tumawag nang may bumagabag sa kanya at biglang pumasok sa isipan niya ang huling usapan nila ni Mary.

—————————

"Tinanong ko siya kung tutuloy pa siya... kung sakaling malalaman niya na... mahal mo rin pala siya."

"A-Anong sagot niya?"

"Hmmmp! WALA!"

"Anong wala?"

WALA... as in... hindi nakasagot! O, e ano pa bang ibig sabihin nito? One plus one lang — mas importante ka sa kanya... kaysa sa scholarship o kahit ano pang achievement na natatamo niya ngayon! O, ano... anong say mo dito — hindi pa ba patunay ito na mahal ka pa rin nung tao?

—————————

Masakit sa pusong pinigilan ni Dennis ang sarili na tawagin ang minamahal..

"(Sigh!) Hindi tamang makita pa ako ni Denise," napagtanto niya. "Ayokong maging dahilan para mag-alangan pa siya sa kanyang pag-alis. Ito na ang katuparan ng mga pangarap niya. Minsan lang na pagkakataon ito... wala akong karapatan... para ipagkait ito sa kanya."

Nagkasya na lang si Dennis na tanawin hanggang sa huling sandali ang kanyang minamahal. Nang tuluyan nang papasok si Denise ay malungkot siyang tumungo upang maitago ang namumuong luha sa kanyang mga mata.

"(Sob!) Paalam, Denise... paalam na..."

((((((((O))))))))

Episode 12

Ayan Kasi, Masyado Kang Judgemental

Naputol ang pagmumuni-muni ni Denise nang magsalita si Dennis. Napatingin ito sa kinakain at napansing ubos na lahat ito. Tapos na ring kumain ang kaharap.

"Ngek! Ubos ka na pala ang kinakain ko! Hi! Hi! Hi!"

"Oo nga, ang bilis-bilis mo ngang kumain kanina. Para bang... may kalaban ka... at uubusan ka! Ha! Ha! Ha! Pagdating sa kainan... hindi ka pa rin nagbabago."

"Good ba 'yon sa iyo... o bad?" tanong ni Denise.

"Ha! Ha! ha! Syempre... GOOD! Isa nga yan sa gusto ko sa iyo... "

Muli na namang natigilan si Dennis. Upang hindi mahalata ay biglang binago ang usapan.

"Oo nga pala... tinatanong ko nga pala kanina... kung gusto mo nang umorder nung favorite mong halo-halo?"

Muli na namang tumaba ang puso ni Denise sa narinig. Pati ang paborito niyang dessert ay tanda pa rin ni Dennis. Para maikubli ang nadarama ay nagbiro ito.

"Libre mo pa rin ito, diba? Hi! Hi! Hi!"

"Oo naman! Alam mo naman ako... big time spender!"

Nangiti si Denise, saglit na may naalala, pagkatapos ay sumagot, "Okay, order mo na ako. 'Yung super-large as usual, ha... saka special! Yung may dalawang scoop ng ice cream sa ibabaw!"

* * * * * * * * * * *

"(Burp!) Grabe, nabusog ako ng husto, a!" wika ni Denise.

"Hehehe! Kapag hindi ka pa naman nabusog... ewan ko lang! Aba, dalawang order ng halo-halo 'yung nilantakan mo! Hanga naman ako sa iyo -- hindi ko alam kung saan mo inilalagay ang mga kinakain mo! Pagdating sa kainan, wala ka pa ring kakupas-kupas!"

"Teka, teka... pinupuri mo ba ako o ano? Feeling ko, iniinsulto mo na ako!" angal ni Denise pero nakangiti. "Masama yata ang loob mo porke ikaw ang nagbayad -- magkano ba ang bill... ako na ang magbabayad!!!"

"Hindi po... hindi po! Ha! Ha! Ha! Ikaw naman, alam mo naman na natutuwa lang akong panoorin kang kumakain! *(Giggle!)* Ang healthy mo kasi kumain -- walang natitira!!"

Aangal sana si Denise nang muli na naman siyang napadighay.

"(Burp!)"

Nagkatinginan ang dalawa sabay naghagalpakan ng tawa.

* * * * * * * * * * *

"Oo nga pala, Dennis... saan ka papunta kanina nung nagkasabay tayo sa elevator?" tanong ni Denise. "Baka naman... dahil sa akin, e... nasira ang schedule mo o baka may na-miss kang appointment?"

Hindi nakaimik si Dennis. Halatang bantulot itong sabihin ang dahilan.

"Hello? Earth to Dennis, earth to Dennis?" nagtatakang tanong ng dalaga. "Huy, ano nang nangyari sa iyo at hindi ka na nakasagot? Kako, saan ka papunta nung nagkasabay tayo?"

Hiyang-hiyang sumagot si Dennis.

"Hehehe! Ano... ehhh... ahhh... hehehe! kakain din ng lunch..."

* * * * * * * * * * *

Galit na sinuntok ni Denise si Dennis sa balikat.

"A-Arrraay! Bakit mo ako sinuntok?" tanong ni Dennis.

"E, kasi po... pagalit ka nang pagalit sa akin... e, ikaw mismo... nagpapalipas ng gutom! Kung maka-sermon ka -- para kang si Padre Damaso. Sermon ng sermon, yun pala may itinatago ring kabalbalan!"

"Haaaiisss! Ikaw naman... ang dami-daming maiikumpara sa akin — si Padre Damaso pa yung napili mo!"

"E, diba... si Padre Damaso, pasermon-sermon pa -- anak pala niya si Maria Clara! Ikaw, sermon ka ng sermon na nagpapalipas ako ng gutom -- 'yun pala... gano'n ka din! Haaaiissss!"

* * * * * * * * * *

Akmang susuntukin ulit nito si Dennis na agad itinaas ang mga kamay, simbulo ng pagsuko.

"Awat na, awat na! Suko na po! Ikaw naman masyado kang bayolente! Iba naman kasi ang kaso ko. May choice ako kung kelan ko gustong kumain... samantalang ikaw..."

"Ganon, ganon?!!" bwelta ni Denise. "Porke may sarili kang oras, pwede ka nang magpalipas ng gutom?"

"H-Hindi naman. Kaya lang..."

"Kaya lang — choice mo 'yun? Choice mo yung magpagutom at magka-ulcer, mabutas ang t'yan at kung anu-ano pa?"

"Sori na... sori na! Promise... hindi na rin ako magpapalipas ng gutom," parang batang humihingi ng tawad si Dennis.

Saka lang ibinaba ni Denise ang kamay at nagwika, "Nagaalala din naman ako sa iyo. A-Ayaw din naman kitang magkasakit."

"Alam ko naman. Kahit noon pa man... lagi mo akong inaalala..."

Naputol ang sasabihin ni Dennis ang biglang tumunog and cellphone ng dalaga. Maya-maya ay tumunog din ang cellphone ni Dennis.

Nagkatinginan ang dalawa. Ang paborito nilang kanta noong college pa sila ang ringtone ng pareho nilang cellphone.

((((((((O))))))))

Kasalukuyang kumakain sa canteen si Denise at Mary nang tumunog ang cellphone ng una.

"Umm, Mommy... bakit napatawag kayo?"

"Denise, anak, ipinapaalala ko lang sa iyo na dadalaw si Tito Ronnie mo ngayon, kasama ang mga pinsan mo. Uwi ka ng maaga, ha?"

"Aba, syempre naman, Mom. Miss na miss ko na rin yang mga pinsan ko, saka si Tito Ronnie. Sigurado pati ako, ang daming dalang pasalubong niyan sa akin. Hi! Hi! Hi!"

"O, sige, anak... hihintayin ka namin. Bye, love you!"

"Love you, too, Mom"

Pagkababa ng phone, nagtaka si Denise kung bakit masama ang tingin sa kanya ni Mary.

"What?" tanong ni Denise."Bakit ganyan ang tingin mo sa akin?"

Hindi sumagot si Mary.

"Hello? What did I do wrong? Kinausap ko lang si Mommy?"

Itinuro ni Mary ang cellphone ni Denise at saka nagsalita.

"Yung... ringtone mo..."

Lalong naguluhan si Denise.

"So, anong problema ng ringtone ko. Paborito ko 'yung kantang yun... kaya ito ang ringtone ko. Bakit, anong problema mo dito? Dinownload ko -- bakit, paborito mo rin ba ito? Hindi ba tayo p'wedeng magkapareho?"

Ngumiti ng nakakaloko si Mary bago nagsalita.

"(Giggle!) Hindi ko alam kung talagang pinaglalaruan lang kayo ni destiny o baka naman talagang soulmate kayo... na hindi n'yo alam," mahiwagang sagot nito.

"Destiny? Soulmate? A-Anong pinagsasasabi mo, Mary? Paki paliwanag mo nga at pati ako ay nawiwindang na sa pinagsasasabi mo!'

"Hehehe! Kasi po," mala-dramatic na sagot ni Mary, "yung ringtone n'yo po ay pareho din po ng ringtone ng mortal enemy number one ninyong katukayo -- none other than... Mr. Dennis G. Lauchengco!"

"WHHAAATTT?!!!"

"Korekekek! Akalain mo... Hihihi! Same name na nga kayo... pati ringtone pareho din! Hak! Hak! Hak!"

"Shhhh! Huy, Mary... hwag ka namang maingay. B-Baka may makarinig!"

"Ariiiii, at ang friend ko nahiya. Weh, e paano na ngayon? Papalitan mo ba ang ringtone mo... o stick ka pa rin... dahil labs mo na yung katukayo mo? Hi! Hi! Hi!"

"Anong labs? Huy, huy, Mary... itigil mo nga yang bunganga mo. Ngayon pa lang, magpapalit na ako ng ringtone ko. 'Yung taong yun... never na never kung magiging kaibigan 'yun. Labs pa tapos -- e, di magpapatukla na lang ako... "

Natigilan si Denise. Naalala nang tulungan siya ni Denise magbuhat ng silya.

Sinamantala naman ito ni Mary para lalo siyang lokohin.

"(Giggle!) ... sa ahas? Ulit? Hihihihi!"

Inis na hinampas niya ito ng libro.

((((((((O))))))))

Episode 13

Parehong Ring My Bell

Tahimik ang paligid nang sabay na tumunog ang cell-phone nina Dennis at Denise.

Parehong napatingin sa kani-kanilang bag. Halos magkasabay pa nilang inabot ang cellphone at sagutin ang tawag. Ngunit ang mas nakakagulat—parehong ringtone ang tumunog. Isang lumang kanta mula early 2000s, mula kay Ogie Alcasid at Regine Velasquez—yung theme song nila noong college.

Napatingin sila sa isa't isa. Parang biglang huminto ang mundo, habang ang huling nota ng kanta'y nanatili sa hangin—tahimik pero malakas ang dagundong sa kanilang dibdib.

"P-Pareho pala tayo ng ringtone," wika ni Dennis pagkatapos nilang sabay na tapusin ang tawag. Pinilit niyang gawing casual ang tono, pero halatang nanginginig ang boses niya.

"Hah! Ah, e... ganon ba? Hindi ko napansin," sagot ni Denise, mabilis ang pagtawa pero halatang pilit.

"Ayyy, naku... baka pinaglaruan na naman ni Henry ang cellphone ko. Hi! Hi! Hi! 'Yung boyfriend kong 'yun kasi... gustong-gustong kakalikutin ang cellphone ko. H-Hindi naman talaga 'yan ang ringtone ko. Bigla lang nabago..."

Sinundan pa niya ng isang awkward na halakhak na parang gustong itago ang kaba at paninikip ng dibdib. Nanginginig ang kamay niya habang muling isinuksok ang cellphone sa bag. Parang gustong lumubog sa kinatatayuan, hindi malaman kung paano nagkaganon.

"Ganon ba?" sagot ni Dennis, pilit ding ngumiti. Pero ramdam sa mukha niya ang pag-aalinlangan, at sa likod ng mga mata ay may matinding damdaming gustong kumawala.

"Oo! B-Bakit... iyan ba talaga ang ringtone mo?" tanong ni Denise, kunwari'y curious, pero sa loob-loob ay nanginginig sa kaba. "Haaiisst! Sana hindi naman 'to malaking coincidence... baka isipin niyang ini-stalk ko pa siya!"

Tumingin si Dennis sa kanya. Ilang segundong nagtagal ang tingin niya, parang binabasa ang kaluluwa ng dalaga. At doon, sa mata ni Denise, nakita niyang pareho sila—parehong hindi pa tuluyang nakaka-move on. Pero hindi niya puwedeng sabihing totoo ang ringtone. Hindi ngayon. Hindi rito.

Napabuntung-hininga siya bago sumagot. "Hindi... hindi! Pinalitan din siguro ng asawa ko."

Mabilis ang sagot. Mabilis ding nagsisi.

* * * * * * * * * * *

Muntik na siyang mabingi sa sariling puso. Alam niyang kasinungalingan 'yon. Totoo, iyon ang ringtone niya. Ito ang paborito nilang kanta ni Denise noong nasa kolehiyo pa sila. Paulit-ulit niya iyong pinapakinggan sa MP3 player noon habang hinihintay ang uwian sa hallway ng Fine Arts building. Kahit ilang beses na siyang nagpalit ng cellphone, hindi niya binago ang ringtone. Para bang iyon na lang ang natitirang bahagi ng nakaraan nila na hawak pa rin niya.

Pero nang marinig niyang may boyfriend na raw si Denise—at ang boyfriend daw ang nagpalit ng ringtone niya—hindi niya nakayang aminin ang totoo. Ayaw niyang isipin ng dalaga na hindi pa siya naka-move on. Lalo pa't iniisip niyang masaya na ito sa piling ng iba.

Ganoon din ang damdamin ni Denise. Nang marinig ang sagot ni Dennis, parang kinurot ang puso niya. Pero hindi niya ipinakita. Naunahan siya ng hiya nang tanungin tungkol sa ringtone. Nagsinungaling siya. Natakot na baka isipin ni Dennis na sinadya niyang gayahin ang ringtone nila noon. Na baka isipin nitong siya pa rin ay nakaalalang sobra. Na baka... masyado pa rin siyang apektado.

"Aiiieee... ang awkward naman," bulong niya sa sarili, sabay kagat-labi.

Nagkatahimikan.

Ang dating masaya nilang kwentuhan ay biglang nabalutan ng alanganing katahimikan. Parang may lumulutang na multo ng nakaraan sa pagitan nila—hindi galit, kundi alaala. Hindi paninisi, kundi pangungulila.

Biglang bumusina ang jeep sa gilid ng kalsada. Napasinghap si Denise.

"Ay! Grabe, ang lakas nun! Akala ko multo na talaga!" sabay tawa, pilit binasag ang tensyon.

Natawa rin si Dennis, pero mahina.

"Oo nga, akala ko si Mr. Hontiveros 'yon na sumisigaw ng 'LATE NA NAMAN KAYO!' sa hallway."

Pareho silang natawa. Saglit na bumalik ang kasiyahan ng nakaraan.

Ngunit habang unti-unting bumabalik sa normal ang usapan, pareho nilang alam: may hindi nasabi. May hindi inaamin.

Pareho pa rin silang may nararamdaman. Pareho pa ring naghahawak sa isang ringtone ng nakaraan—isang alaalang pilit binubura ng panahon, pero paulit-ulit na bumabalik sa tuwing tutugtog ang unang nota ng kanta.

At kahit pareho silang nagsinungaling, kahit pareho silang nagtago ng totoo, sapat na ang pagkakatunog ng ringtone para mapagtanto nilang—oo, may hindi pa tapos.

At sa likod ng kanilang pilit na mga ngiti, pareho silang nangangarap na balang araw, under the right circumstances... muling tutugtog ang kanta.

Hindi bilang isang memorya, pero bilang isang bagong simula.

Episode 14

Rain, Rain, Come Again

Biglang binago ni Denise ang usapan. "Baka hindi na tayo masyadong magkita these coming days... or even weeks. Ummm... medyo magiging busy na kasi ako — a-alam mo naman ang secretary... hihihi! utusan kami ng boss... a-at marami kaming events na darating. Uhm... important events... *(sigh!)* so don't expect to see me any time sooner. I don't think... we can even go out again... just like today."

Napatingin si Dennis, medyo napataas ang kilay.

Kuntodo paliwanag si Denise.

"I mean, ummm... s'werte lang kasi ngayon... na nagkasabay tayo... at nagkataon din na libre ako — uhummm, tayong dalawa, for that matter. But later on kasi, I might have to decline or go on a rain check kung iimbitahin mo ulit akong kumain or lumabas. It's not that I don't want to... pero syempre... job comes first, diba? Sana maintindihan mo ako, if that time comes."

"Oo! Oo naman! No problem... " sagot ni Dennis, "nagkamali lang talaga ako kanina sa elevator. If not... siguradong hindi tayo nagkasabay. S-Saka, I'm finished with my presentations. So, most of the work... sa bahay ko na lang gawin. Saves me time and money. After that, baka sa iba namang branch ako ma-assign. So, talagang baka hindi na tayo magkita muli."

"(Sigh!) Buti na lang, sa kanya na nanggaling na... huwag na kaming magkita," nasabi ni Dennis sa sarili. *"Hindi na ako kailangang magdahilan pa..."*

* * * * * * * * * * *

Ganito rin naman ang tumatakbo sa isip ng dalaga.

"Hmmmm... at least naintindihan niya. Hindi ko na kailangang sabihin sa kanya na ayaw ko na lang makipagkita muli sa kanya."

Papaalis na sana sila nang biglang umulan ng malakas. Nagkatinginan ang dalawa.

((((((((O))))))))

Biglang bumuhos ang malakas na ulan at inabot si Dennis habang papasok sa school. Napilitan siyang sumilong sa isang building malapit sa UST.

"Haiisss! Ano ba yan?!! May exam pa naman kami sa English, mahuhuli pa yata ako!" inis na inis na naisip nito. "Grabe ang buhos ng ulan, a... akala mo may bagyo na! Kung tatakbuhin ko, siguradong para akong basang-sisiw pagdating sa school. Bakit kasi ngayon ko pa nalimutang magdala ng payong! NAKAKAINIS!"

Pilit nitong inaaninag ang langit sa pagbabakasakaling baka huminto ang ulan, pero napaka-itim pa ng kalawakan.

"Ahhhh... wala ng pag-asang makarating pa ako sa school sa oras. Sa itsura ng langit... mukhang hanggang bukas pa bago tumigil itong ulan!"

Tuluyan ng nawalan ng pag-asa si Dennis na makahabol pa ng klase ng may lumapit at tinapik siya.

"D-Dennis... gusto mong sumukob... may payong akong dala...? Diba, English class na natin?"

Parang nakuryente si Dennis nang marinig ang boses pero hindi ito nagpahalata. Boses pa lang ay linutuban na siya kung sino ito pero ayaw niyang magpahalata.

"Lord, totoo ba 'tong naririnig ko? S-Si Denise ba itong kumakausap sa akin?" kinikilig na naisip niya.

Pasimpleng tumingin si Dennis sa pinanggalingan ng boses.

"SI DENISE! SI DENISE NGA!" tuwang-tuwang nasabi nito sa sarili.

Kunwari ay nagulat pa siya nang humarap.

"Uyyy, Denise... naandito ka rin pala!"

"Uhumm... Oo! M-May binili kasi ako. Paalis na ako nang biglang bumuhos ang ulan. Mmm... O, ano... sabay ka na ba sa akin?"

Kahit hindi pa rin makapaniwala si Dennis ay nakuha nitong tumango-tango.

"T-Tara na... tara na!" yaya ni Denise.

Mistulang natulala naman si Dennis sa hindi inaasahang pangyayari.

"Huy! Tara na! Malapit na time ng English natin. Baka mahuli pa tayo," nakangiting yaya ulit ni Denise.

Waring nagising si Dennis at mabilis na sumukob.

"Oo ba... tara na!"

= = = = = = = = = = = = = = = = =

Malayo-layo na rin ang nalalakad ng dalawa pero wala pa rin silang imikan. Awkward sa kanila ang sitwasyon. Ngayon lang sila nagkasama na sila lang dalawa. Bawa't isa ay nagpapakiramdaman.

"Haaiisss! Ano ba... ngayon pa ako natameme!" tahimik na pagalit ni Dennis sa sarili. "Chance ko na ito para makipagsundo ng husto — pero nauutal ako!!!!"

Kasama ng paghahanap ng magandang tyempo naandoon pa rin ang takot niya na baka mapahiya lang siya.

"B-Baka... baka... nagmagandang-looob lang siya? O kaya, n-napilitan lang dahil madadaanan ako? O, baka naman... kapag nasa kalagitnaan na kami sa ulan — e, bigla na lang niya akong iwanan?!!! Pagtatawanan akong sigurado sa school!"

Si Denise naman ay napaisip din sa mga nangyayari.

"Hindi kaya niya namimis-interpret yung pag-yaya ko sa sa kanya? Hmmmp! Baka isipin nitong mokong na ito... madali lang pala akong paikot-ikutin! Or... NAKU! Baka magyabang ito sa klase na... prisintado akong isukob siya sa payong ko? Siguradong mapapahiya na naman ako!"

Parang pinagsisisihan tuloy niya ang ginawang pag-alok ng tulong. Napalitan ito ng galit.

"HINDI, HINDI! No way! Ayokong mapahiya sa klase. Hmmmp! Iwanan ko kaya itong mokong na ito dito sa gitna ng ulan?"

Sa panig naman ni Dennis.

"Hmmp! Kapag iniwan ako ng dalahirang ito sa gitna ng ulan, bubuhusan ko siya ng tubig imburnal."

Nagpakiramdaman ang dalawa. Handa na sa mga binabalak.

= = = = = = = = = = = = = = = = = =

"Buti na lang... may dala kang payong, Denise!"

Nang marinig ni Denise na nagsalita si Dennis, parang nalusaw ang lahat ng pag-aalinlangan niya.

"Biglang-bigla naman kasi itong ulan," pagpapatuloy ni Dennis, "kanina lang... ang init-init ng panahon, diba?!"

"Ha? A, e... Oo!" sang-ayon ni Denise, sabay sumilay ang kapirasong ngiti.

Nang makita ni Dennis ang ngiti sa labi ni Denise, parang winalis ang masamang hinala niya. Nagpasalamat siya at nagkaroon siya ng resolbang kausapin ang dalaga.

"Thank you, Lord at hindi ako nagpadala sa mga maling sapantaha ko!"

"Lagi kasi akong may dalang payong," pagpapatuloy ni Denise, "iba na kasi 'yung laging eveready... parang baterya lang! Hi! Hi! Hi!"

"Mabuti ka pa. 'Yung iba kasing babae d'yan... ang tatamad magdala ng payong... kahit tag-ulan!"

"(ULK!) Hi! Hi! Ano... este... Oo nga."

"Buti, hindi ka ganon! Ewan ko nga ba d'yan sa ibang... naturingang babae... pero ang tatamad magdala ng payong!"

"E-Ewan ko nga rin. A-Ako kasi... nakagawian ko na talaga yung laging magdala ng payong. Nakasanayan ko na."

"Ganun ba! Aba... teka... parang may presyo pa itong payong mo a?"

Sa pagmamadali ay nalimutan tanggalin ni Denise ang nakadikit na presyo ng payong.

"Ha! Ay... Oo nga ano! Hi! Hi! Hi! Hindi ko na kasi minsan natatanggal... sa dami ng payong ko!" katwiran ni Denise, pero pasimple nitong tinanggal ang nakadikit na price tag.

"Parang bago pa itong payong mo, a!" puna ni Dennis.

"Ha! H-Hindi... mukha lang bago ito, pero luma na ito! Maingat lang ako talaga."

Episode 15

Umaambon Ang Kilig

"Look, it stopped raining already," wika ng isang lalaking katabi nina Denise at Dennis sa loob ng maliit na mami house. "We can go out already!"

Parang kapwa biglang natauhan sina Denise at Dennis. Naputol ang katahimikang tila lumambong sa kanila habang sabay nilang nilalasahan ang mga alaala at chicken mami. Parehong tila nanumbalik sa realidad matapos ang ilang minuto ng nakababangong katahimikan.

Si Dennis ang unang nagsalita. Medyo napakamot sa batok bago lumingon kay Denise.

"Uhm... t-tumila na pala ang ulan. T-Tara na... baka hinahanap ka na ng boss mo."

Nagkatinginan sila saglit. Agad na ngumiti si Denise na parang biglang nabuhayan ng dugo.

"Uh... oo nga pala! Tara, tara!" ani niya habang minamadaling ibalik ang takip sa plastik na baso ng iced tea.

Bago pa tuluyang makaalis, bahagya pa silang nagkabanggaan sa pag-ayos ng kani-kanilang gamit. Si Denise, mabilis na tinakpan ang dibdib na muntik na matalsikan ng sabaw. Si Dennis naman, umiling at napatawa.

"Dahan-dahan naman, Miss Engaged," biro niya habang nagbubukas ng payong.

"Ay sus! Mas masahol pa sa ulan 'yang banat mo," sagot ni Denise, sabay kurot sa braso ni Dennis.

Magkaharapang naglakad ang dalawa palabas ng mami house. Paikot-ikot ang hangin, amoy aspalto ang paligid. Malamig-lamig pa rin ang simoy ng hangin pero hindi na tulad ng kanina. Bawat hakbang nila ay parang may kasamang pag-iwas at paglalapit.

Tahimik sa simula. Tanging tunog ng patak ng ulan mula sa mga dahon ng puno at tahimik na paglalakad ang maririnig.

Hanggang sa ilang hakbang bago sila makarating sa building, biglang nagsalita si Dennis, halos pabulong, pero malinaw.

"Sa-saan mo nga pala na-meet 'yung fiancé mo, Denise?"

Parang tinamaan ng kidlat si Denise. Napahinto siya saglit. Napatingin kay Dennis na agad na sumabay din sa paghinto, nakakunot ang noo at parang tinatantya ang sagot ng kausap.

"F-Fiancé? A-anong fiancé ko?" tanong ni Denise, halatang nangangapa.

"Di ba sabi mo noong huli tayong nagkita... engaged to be married ka na? So... where did you meet the lucky guy?"

Napa-isip si Denise. Biglang bumalik sa alaala niya ang sandaling ginamit niya ang *"engaged"* bilang palusot—isang mabilisang paraan para maputol ang awkward moment nila dati. Pero ngayon, tila bumabalik ito sa kanya na parang multong hindi matahimik.

"Fiancé ko... fiancé ko? A, e — oo nga pala... nasabi ko na nga pala sa 'yo na may boyfriend ako and engaged to be married," mabilis niyang sagot. Pero halatang pilit, kulang sa buo, at parang sinulat lang sa scratch paper.

Tinapunan siya ni Dennis ng kunot-noong tingin. "Huy, para kang mali-mali, a. Inuulit mo lang ang sinabi ko. Halleerr?"

"A, e... ano... medyo lumipad lang isip ko. Uhm... business... tungkol sa trabaho 'yung iniisip ko!"

Bahagyang nakangiti si Dennis habang humahakbang ulit. "Hindi ko naman tinatanong 'yon... hindi mo kailangang mag-explain," aniyang may kasamang sarkastikong ngiti.

Lalong na-flustered si Denise. Para siyang nabuhusan ng malamig na tubig at biglang naging defensive.

"Nag-e-explain? Hindi naman ako nag-e-explain! Bakit naman ako kailangang mag-explain sa iyo? Totoo naman yung sinasabi ko! Tungkol talaga sa trabaho ang iniisip ko—"

Bigla siyang natigilan nang mapansin niyang nakatitig na sa kanya si Dennis, nangingiti. Halatang naaaliw ito sa buong eksena.

Nagkatinginan sila—mata sa mata, ngunit may bahagyang ngiting nagtutulakan ng kilig.

"Hihihi! Ikaw talaga, Dennis—hanggang ngayon... kayang-kaya mo pa rin akong paikutin!"

"Hahahaha! E, sa talagang natatawa ako sa'yo, anong magagawa ko? Kapareho ka pa rin ng dati—mabilis mapaikot!"

Umalingawngaw ang masayang tawanan nila habang patuloy sa paglalakad. Parang wala nang ulan, wala nang traffic, at walang ibang tao sa paligid kundi silang dalawa at ang kilig na pilit nilang kinukubli.

Nang medyo nakabawi na sa tawanan, muling tinesting ni Dennis ang tubig.

"So... saan kayo nagkakilala nung fiancé mo? How did you meet?"

Napatingin sa langit si Denise. Parang humihingi ng tulong sa mga ulap. Napakamot sa batok at napahinga ng malalim.

"Kwan... ano..."

"...long story," finally naisagot niya. "Next time na lang. Over mami and siopao, maybe?"

Episode 16

Ang Boyfriend Na Imaginary

Walang fiancee si Denise. Ni wala nga itong boyfriend ngayon. Hindi naman siya totally loveless before, nagkaroon din siya ng boyfriend sa mga nagdaang panahon, pero palaging panandalian lamang. Laging hindi nagtatagal, at siya lagi ang nakikipag-break. Hindi din niya alam kung bakit... pero parang laging may kulang sa mga lalaking nagkakaroon ng kaugnayan sa kanya.

Napilitan siyang magsinungaling may fiancee sa takot na maisip ni Dennis na hindi pa siya nakamove-on sa relasyon nila — kahit na hindi officially naging sila. Lalo pa niyang pinagtibay ito nang ilahad ni Dennis na may asawa na siya — ang lalaking sobra-sobra niyang minahal at hanggang ngayon ay hindi malimutan. Ayaw niyang ipaalam na hanggang ngayon ay may pitak pa rin siya sa puso niya.

* * * * * * * * * * *

"Next time? Ano ka ba naman, excited na akong marinig yung kwento mo!" reklamo ni Dennis.

"Naku! Nakakahiya lang. Kailangan ko pa bang ik'wento 'yun?" pagdadahilan ni Denise para makaiwas.

Pero hindi siya pinakawalan ni Dennis.

"Whooaaa! C'mon, Denise! We're grown-ups na... ang tanda na natin para mahiya pa sa mga ganyang bagay. Likewise, I'm not asking you for the cheesy, or the, hahahaha! corny I love you moments! Just the bare facts. How did you meet and how? 'Yun lang! Para hindi naman ako clueless... when and if I meet the... should I say... the lucky guy?"

Balak na sanang magsabi ng totoo si Denise. Pero, parang napahiya at nagalit sa sa tono ng boses ni Dennis. Feeling niya ay may halong panunuya ang pagtatanong nito at palihim siyang pinagtatawanan. Napilitan siyang ipagpatuloy ang pagkukunwari.

"Hmmmm... sa office kami nag-meet. Dito sa work ko ngayon. Ahummm, one of the big bosses siya sa company namin at na-smitten siya sa akin. To make the long story short, I find him... very, very attractive. Sooooo... that's it!"

Medyo nagbago ng kaunti ang itsura ni Dennis. Parang lumungkot na di mo masabi. Hindi naman napansin iyon ng dalaga.

"A, ganoon ba," wika nito. "So you're... happy?"

"Happy? Aba, syempre naman -- very, very, very happy! Pakiramdam ko, taglay niya lahat ang pinapangarap ko sa dream guy ko! He's a perfect dreamboat -- walang panama ang lahat kumpara sa kanya."

"Kahit sa akin?" gusto sanang itanong ni Dennis pero hindi na itinuloy.

((((((((O))))))))

"Ang daya naman n'yo! Ako may pasok pa mam'ya samantalang kayo, maglalakwatsa na. Haaiisss, inggit naman ako sa inyo!" naghihinampong nasabi ni Denise

"Ha! Ha! Ha! Simple lang ang solusyon d'yan, labidu. H'wag ka na lang pumasok sa next class mo. O, diba, problem solved! Sama ka na lang sa amin mag-date!" yaya ni Carlo sabay akbay kay Mary na natawa na lang.

"Naku, kung pwede lang sana mga boyfriends. Kaya lang importante yung next class ko. Baka mayroon pa kaming test."

"Hoy, hoy... mga mokong kayo," saway ni Dennis, " h'wag n'yo ngang i-corrupt ang utak ni sweety pie ko! Kabuti-buti, may good-girl sa grupo natin, gusto n'yo pang dalhin sa dark side of the planet!"

"Wow... sweety pie! Uyy, bago, a... bakit hindi ko naisip 'yun!" banat ni Vince.

"Aba, si Padre Damaso este Dennis pala... nangaral! Hoy, magsipag-bigay pugay kayo!" alaska ni Vince. "Ha! Ha! Ha!"

"E, kasi naman kayo. Iniinggit nyo pa si Denise," katwiran ni Dennis. "Mam'ya n'yan, maglakwatsa nga 'yan! Ha! Ha! Ha! Joke lang, Denise... baka seryosohin mo!"

"Hi! Hi! Hi!" natawa na rin si Denise, "hindi, sige... okay lang. Go! Go na kayo. Babalik na lang ako sa building namin. Sige na... enjoy kayo! Babay!"

"Babay!"

"Babay, Denise!"

Papaalis na ang grupo ng biglang bumalik si Dennis, "Guys, hindi na ako sasama.Kailangan nga pala ako ngayon sa bahay. Ihahatid ko na lang muna sa Denise sa building nila. Kawawa naman kasi, baka maglulupasay sa kaiiyak sa daan. Ha! Ha! Ha!"

Malakas na hinampas ni Denise ang katukayo ng hawak na libro.

BLAAGG!!!!

"AAARRRRAAAYY!" hiyaw ni Dennis.

"Anong sinasabi mong... mag-iiiyak?" galit-galitang tanong ni Denise.

"Wala... wala! Ikaw naman, sweety pie... hindi ka na mabiro! Araykupo, natanggal yata yung balikat ko dun sa lakas ng hataw mo!"

"Sige na, Dennis. Tumuloy ka na... malapit lang naman ang building ko. Baka hinihintay ka na sa inyo!"

"Huh... a, e... ano... okay lang, Denise... ahhh... e... actually... tinatamad din naman akong gumala. Gumawa lang ako ng excuse para hindi sumama."

"GANON! Na-hurt naman ako, akala ko pa naman... wagas ang pag-aalala mo sa akin at kaligayahan mong... ako'y iyong samahan," sagot ni Denise na pabiro at sinamahan pa ng OA na pag-iyak. Hu! Hu! Hu!"

"Ha! Ha! Ha! Tumigil ka nga d'yan! Ang pangit mong umiyak. Hindi naman maniniwala sa iyo ang mga tao kasi, mala-anghel sa kagwapuhan itong kasama mo... at hindi nila iisiping gagawa ng masama!"

"WOW... ANG KAPAL! Grabe... hindi ko nakaya yun a! Teka... teka! Hahawak muna ako sa puno at baka ako madala sa lakas ng hangin galing sa iyo! Hi! Hi! Hi!"

"Ha! Ha! Ha!"

"Pero seryoso, Dennis, sige lang... tumuloy ka na. Kamo, tinatamad kang mag-lakwatsa... sige na, umuwi ka na. O, eto na pala... malapit na rin naman ako sa building namin. Pwede mo na akong iwan," sabi ni Denise.

"Hah... Oo nga ano. Ahh... ano... teka, ihahatid na kita hanggang dun sa may bukana ng building. Dapat siguraduhin kong... hindi ka maliligaw ang sweety pie ko, diba? He! He! He!"

"Sweety pie? Yuck! Parang kadiri! Hi! Hi! Hi!"

"Ha! Ha! Ha! Ikaw naman, Denise... hindi mo pa ako pinagbigyan sa ka-cornihan ko! Nagpa-praktis lang yung tao, e!"

"Suuss... sige na nga... pagbigyan na nga ang 'honey buns' ko... at baka mag-iiyak pa! Ha! Ha! Ha! Pero, sa totoo lang, Dennis... binebeybi mo ako ng husto. baka mam'ya n'yan... masanay ako. Hmmp! Ikaw din... hahanap-hanapin ko 'tong ginagawa mo! Baka kapag may nanligaw sa akin, ganito rin ang i-expect kong kakornihan sa kanila!" tukso ng dalaga.

"Okay lang... okay lang na masanay ka... sa akin," naibulalas na nasabi ni Dennis.

Napatingin ang dalaga sa kaibigan. Nagulat sa narinig na sagot.

"Huh? Anong ibig mong sabihing okay lang... bakit?"

"Ha? A, e... a, e... ka-kasi... kasi... ano... ahhh -- wala lang... wala lang! Haay... Naku... ikaw... ikaw talaga... e, di syempre, tama lang na masanay ka dahil ganito dapat ang ginagawa ng mga guys sa GF nila. Kapag may nanligaw nga sa iyo, mayroon kang comparison. Sasabihin mo dun sa boyfriend mo... Hoy, bakit si honey buns ko, mat'yaga akong sinasamahan at inihahatid... bakit ikaw di mo ginagawa! O, diba... mas okay 'yun?"

"Mmmm... Oo nga ano! May point ka dun. O, sige na nga... honey buns, bakit mo nga ba ako sinasabayan?"

"Ha? A... e... syempre naman, naandyan ka... naandito ako... e, di natural lang yun na sabayan kita. Kung wala ka naman d'yan, e di wala akong sasabayan! Alangan naman na sabayan kita kung wala naman ikaw! At saka kung wala naman akong..."

"Hoy, ano ka ba, Dennis? Bakit lang ang itinanong ko... isang kilometriko na yung sagot mo! Anong problema mo? Hi! Hi! Hi!"

"Hah? A, e... wala lang," natigilang sagot ni Dennis. "Saka... kailangan pa bang may dahilan para sabayan ka? Sabi ko nga, naand'yan ka, naandito ako... pareho tayong naglalakad... e di natural lang na magkasabay tayo. Wala namang nawala sa iyo, wala namang nawala sa akin. May big deal ba doon?!"

Ang hindi nasabi ni Dennis ay, "N-Napapamahal ka na kasi sa akin Denise... gusto ko lagi ka nang kasama. Pwede ba, totohanin na natin itong kunyarian natin?"

"May sinasabi ka pa ba, Dennis?" tanong ng dalaga.

Hah! A... e, w-wala!" sagot ni Dennis.

"Hi! Hi! Hi!"

"O, bakit yata tatawa-tawa ka d'yan?" tanong ni Dennis.

"Wala po! Para ka kasing bubuyog d'yan. Bzzzz ka ng Bzzzz, wala ka namang sinasabi. Hi! Hi! Hi!"

Pagdating sa harap ng building ay nagpaalam na si Denise.

"Hi! Hi! Hi! O paano na, honey buns... hanggang dito na lang. Babay na. Sige na, uwi ka na!"

"Ha... a, e... e di... sige... babay na!" bantulot na sagot ni Dennis.

((((((O))))))))

Yung Elevator Ang May Kasalanan

Ayaw man aminin ni Dennis ay may naramdaman siyang kurot sa puso niya nang marinig kay Denise na ang fiancee niya ang pinaka 'the best' sa lahat ng naging boyfriend nito.

"Hmmmp! SO WHAT kung feeling niya — 'yun ang the best sa kanya," pagwawalang-bahala niya, *"tapos na ang lahat sa amin. DONE... FINITO!!! (Sigh!) Good for her! Anyway, what's done is done — it's time to move on."*

Ayaw man niyang aminin, pero tumatak sa isipan niya ang mga salita. Naiirita siya dahil laging nagsusumiksik sa isip niya ang tungkol dito.

"Haaiiissss! Ano ba yan! Ano ba ako... naiinsecure, natsa-challenge or what?" pagalit nito sa sarili. "Bakit hindi ako ma-tahimik simula nang marinig kong 'the best' ang fiancee niya? Haler! Diba, masaya na ako... at tapos na ang lahat sa amin -- at deserved niya ang magkaroon ng the best boyfriend — HMMMP PAKE KO BA!!!"

* * * * * * * * * * *

Maagang natapos ni Dennis ang kanyang campaign ad. Tu-wang-tuwa siya dahil katatanghali pa lang ay makakauwi na siya. Masaya at kumakanta-kanta pa siya nang sumakay sa elevator. Dahil nasa isip pa rin niya ang project na katatapos lang, hindi niya napansin na pataas pa pala ang andar ng elevator.

"Huh! B-Bakit...?" nagtatakang nasabi nito sabay napatingin sa floor counter ng elevator. *"Haaiiss! Ano ba 'yan -- ang shun-ga-shunga ko... pataas pa pala 'tong elevator."*

Maya-maya ay bumukas ang pinto ng elevator at may mga nagsakayan. Hindi sinasadyang napatingin si Dennis sa signage ng opisina doon.

Lauchengco Realty

"Huh! Diba, dito ang floor ni Denise!" gulat na nasabi nito sa sarili. "Lauchengco Realty — TAMA, dito nga!"

Ewan nga ba nito kung ano ang pumasok sa isip niya at biglang...

"Wait! Wait! Paki-hold ng pinto... lalabas ako, dito na ako!"

* * * * * * * * * *

Pagkalabas ng elevator ay napakamot ito sa ulo.

"Now what? Anong gagawin ko dito? Bakit lumabas ako?"

Aminin man o hindi, naiintriga siya sa fiancee ni Denise. Gusto niyang makita ng personal ang tinuturing na 'the best boyfriend' ni Denise. Ito ang tunay na dahilan kaya lumabas siya.

Pero ngayon ay parang ason siyang umurong ang buntot at gusto nang kumarimpas ng takbo papaalis.

"Haaaiiiss! Ano ba itong ginawa ko. W-Wala namang dahilan para puntahan ko si Denise. Haaiisss! Anong sasabihin ko sa kanya?"

Tuluyan na sana siyang aalis nang biglang may nagsalita.

"Good afternoon, Sir. Welcome to Lauchenco Realty. How can we help you?"

"PAKTAY!" ang tanging nausal na lang ni Dennis.

* * * * * * * * * *

Bantulot na humarap si Dennis sa nagsalita. Isang magandang receptionist ang ngumiti sa kanya.

"Yes, Sir... how can we help you?" masayang tanong nito.

Dismayadong napabuntung-hininga si Dennis.

"(Groan!)"

"Sir?"

Plano ni Dennis na huwag nang pansinin ang receptionist at umalis na lang.

"Ahiii! Maka-sibat na lang! Tutal hindi pa naman ako na-kikita ni Denise."

Paalis na siya nang namataan ang CCTV.

"Haay, naku... kita na pala ako. Siguradong may monitor sila sa loob at kitang-kita na agad ang mga dumarating... (sigh!) baka kanina pa ako... na-pung ni Dennis. Ahhh, siguradong iba ang iisipin noon kung makikitang aalis na lang ako nang bigla."

"Sir?" tanong muli ng receptionist.

Nagdesisyon na si Dennis. Nasa catch-22 situation siya ngayon — damn if you do... and damn if you don't!

"Bahala na!" isip nito, sabay malakas na, "Ummm... Miss Denise Lauchengco, please!"

Episode 18

Knock, Knock! Sino 'Yan?

Kasalukuyang abala si Denise sa pagpirma ng mga pa-peles nang may kumatok sa pinto niya.

"Yes, come in!" wika niya pero hindi inalis ang mga mata sa ginagawa.

"Ma'am, may naghahanap po sa inyo," wika ng receptionist.

"Mmmmm... as far as I know... wala akong appointment ngayon. Paki-sabi na lang... to come back on another day and set an appointment. I'm very busy today."

"Yes, Ma'am!" sagot sa kanya pero hindi pa rin umalis.

"(Sigh!) Paki sabi na lang na... I'm very busy at the moment. Please convey my apology, etcetera, etcetera... you know the drill, di ba?!! Uhmm, by the way, who's the visitor?"

Natigilan ang receptionist. Bakas sa mukha nito ang pag-aalangan. Hindi agad ito nakasagot.

* * * * * * * * * * *

Patuloy pa rin sa pag-pirma si Denise pero napansin nito ang pagkabantulot ng kausap.

Naiiritang nagtanong siya muli habang patuloy sa ginagawa niya.

"(Sigh!) What's the problem? I just asked... kung sino 'yung bisita ko? Mahirap ba 'yon? It's just a passing question... is there any problem?"

"Kasi, Ma'am... para kasing nanloloko 'yung tao. Pero, mukha naman siyang matino."

Napaangat ng mukha si Denise at napasimangot.

"What do you mean nanloloko? Bakit mukha bang sira ang ulo? You should have called security!"

"Hindi naman, Ma'am! Kaya lang... kaya lang..."

"WHAT?!!!" naiirita nang sagot ni Denise at ibinalik ang atens'yon sa mga papeles na pinipirmahan. "Kung hindi mo masabi ang dahilan — you're excused. Marami pa akong importanteng ginagawa. Go!"

"Yung name kasi niya..."

"Can you please get to the point? CAN'T YOU SEE... I'm very, very busy!"

"Yung name kasi nung naghahanap sa inyo... DENNIS LAUCHENGCO! Uhmm... similar din ng pangalan ninyo..."

* * * * * * * * * *

SHOCK si Denise. Biglang napa-angat ang mukha nito at nanlaki ang mga mata habang tulalang napatingin sa receptionist.

"Hihihi! Palagay ko, Ma'am," pagpapatuloy ng receptionist, "nang-iinis lang yun, guy. Siguro, alam niya ang name ninyo at parang nagto-troll lang. Sige Ma'am, didispatsahin ko na po s'ya!"

"Wait, wait, wait!" awat ni Denise.

Nagtatakang napatigil ang receptionist.

"Ma'am?!!?

"A-Anong itsura nu'ng guy?" tanong ni Denise.

"Ummmm... in fairness... pogi po siya, hihihi!... at maayos naman po ang pananamit. Kaya nga po... hindi ko inisip na nanloloko lang siya. Maganda ang pangagatawan, maputi ng konti... mmmm... siguro mga kasing-tanda lang n'yo — give or take a few years, kung sakali."

"OH, NO!" nasambit ni Denise. Dismayadong napapikit at napaisip, *"Bakit naisipan ng mokong na 'yon ang pumasyal dito?"*

Pilit niyang inalala ang mga usapan nila nang huli silang magkita at napahampas siya sa mesa.

"(Groan!) I'm dead! Malamang gusto niyang makita ang 'supposed-to-be-fiance' ko! This is bad... anong gagawin ko?!!"

"Ma'am? Shall I..."

"No, no, no... WAIT! I mean... nasaan siya?"

"Nasa may lobby natin, Ma'am. Nakaupo sa mga sofa doon."

"S-Sinabi mo bang naandito ako?"

"Y-Yes, Ma'am."

"(Sigh!) Ahh, ahhh... sana sinabi mo na lang na wala ako!" dismayadong nasabi ni Denise.

Takang-taka ang receptionist sa tinugon sa kanya.

"Ma'am? W-Wala naman po kayong directive na... "

"Oo... Oo! Tama ka... tama ka," naguguluhang pagsang-ayon ni Denise. "A-Anyway... anong sabi mo... I mean, anong sabi mo tungkol sa akin?"

"W-Wala naman, Ma'am. Itinanong ko lang kung may appointment siya... at saka ang purpose ng visit niya."

"Anong sabi niya?"

"Na gusto po daw niya kayong makausap... that he's an old friend of yours. Kaya nga tinanong ko ang pangalan niya," paliwanag ng receptionist. "Medyo nagulat nga ako nung sinabi niya yung pangalan niya. Pinaulit ko pa nga... para makasigurado ako."

"Yung tungkol sa akin... wala namang siyang tinanong... o wala ka namang sinabi?"

"W-Wala naman, Ma'am. Wala naman siyang itinanong tungkol sa inyo."

Nakahinga ng maluwag si Denise.

"Whew! So far, hindi pa ako nabubuko. Buti na lang at hindi niya nalaman na ako ang boss at may-ari ng kumpanya."

Muli niyang hinarap ang receptionist.

"Uhummm... paglabas mo, observe the same silence. Don't tell him anything about me... especially 'yung position ko dito sa company or anything else -- UNDERSTAND... kahit magtanong pa siya, okay?!!"

Takang-takang napatango ang receptionist.

"Y-Yes, Ma'am!"

"Just tell him I will be out in a minute. H'wag na h'wag mong papapasukin. Let him stay in the lobby. Tell him to wait for me there -- KLARO... NAIINTINDIHAN MO?!!"

Halos manliit ang receptionist sa kaba habang sumasagot, "Y-Yess, M-Ma'am! Naiintindihan ko po. Anything more... wala na po ba?"

"W-Wala na... sige na at baka naiinip na yung tao!"

Kulang na lang na kumarimpas ng takbo ang receptionist papalabas.

Episode 19

Sekreto sa Lobby

Pagbalik ng receptionist ay agad na tumayo si Dennis mula sa kinauupuan niya. Diretso itong lumapit sa harapan ng desk na parang isang estudyanteng tinawag ng principal.

"Okay na ba? Pwede na ba akong pumasok?" tanong niya, pilit pinapakalma ang sarili kahit halatang sabik makita si Denise.

Medyo nag-alinlangan ang receptionist.

"A, e... ano... Oo, Oo... okay na, sir! Lalabas na lang po daw siya. Hintayin n'yo na lang daw siya... dito sa lobby!" sabay pakitang ng pilit na ngiti.

Napakunot-noo si Dennis. "Huh? Dito? Hindi ba ako pwedeng pumasok?"

"Uh... ano po, e... busy po sila sa loob. B-baka makagulo lang po kayo... kaya mabuting dito na lang sa lobby kayo maghintay. Lalabas na rin daw si Ma'am. Wait lang kayo saglit," paliwanag ng receptionist, halatang hindi sanay magsinungaling.

* * * * * * * * * * *

Tumaas ang kilay ni Dennis habang napatingin sa glass wall ng opisina. All-glass kasi ang partition, kaya aninag niya ang loob. Sa obserbasyon niya, walang kahit anong mukhang 'busy' sa galaw ng mga tao sa loob—may nagkakape, may tumatawa, at may nagse-cellphone.

"Busy daw sa loob... e parang chill lang sila. Naku, ibang level ang lugar na 'to," bulong niya sa sarili.

Nag-ikot siya ng paningin. Modernong moderno ang office—glass walls, sleek na furniture, at high-tech na kagamitan. Parang pang-international firm.

"Mmmm... bigatin ang kumpanyang 'to. Ang linis, ang ganda ng design... mukhang sosyal talaga. Teka, teka... kung tama ang basa ko sa articles sa net, 'yung may-ari ng kumpanyang 'to... siya rin ang may-ari ng buong building na 'to. Aba, eh 'di grabe 'yon! Grabe!!! Ang amo ni Denise, super-super yaman pala!!!"

Lumingon siya sa receptionist para muling magtanong. Laking gulat niya nang madatnang nakatitig pala ito sa kanya. Nang magtagpo ang mga mata nila, mabilis itong umiwas at kunwaring busy sa computer.

"Uhumm! Miss, Miss?" tawag niya.

Pero deadma ang receptionist, kunwaring nagta-type.

Nilakasan ni Dennis ang boses.

"MISS!"

Nagitla ang receptionist. "Uhh... sorry, Sir... are you talking to me?"

"Haaiiisss!" buntong-hininga ni Dennis. "Wala naman akong ibang kausap dito, 'di ba? Tinatanong pa kung siya ang kinakausap ko."

"Uhmm... curious lang ako. Sino ba ang Big Boss n'yo dito? Siya din ba ang may-ari nitong buong building?" tanong ni Dennis habang pilit pinapakalma ang tono.

Ngumiti na sana ang receptionist para sumagot, pero parang biglang naalala ang bilin ni Denise. Biglang kumunot ang noo, sabay harap muli sa monitor at mistulang nag-type kahit wala naman talaga.

"Miss, miss?" ulit ni Dennis, hindi maitago ang pagka-curious at inis.

"S-sorry, Sir," sagot ng receptionist na halatang nahihirapan magkunwari. "I cannot entertain you right now... busy po ako."

"Ngek!" nasambit ni Dennis sa sarili, napangiwi. "Busy daw? E kanina pa nga siyang walang ginagawa! Ewan ko ba sa receptionist na 'to!"

* * * * * * * * * *

Sa loob ng opisina, hindi mapakali si Denise. Paulit-ulit siyang naglalakad paikot sa mesa niya na parang may hinahanap na hindi niya mahanap.

"Oh no... paano na 'to? Anong sasabihin ko? Haaiisss!!!!" napahawak siya sa sentido habang pilit pinag-iisipan ang tamang approach.

Dahan-dahan niyang binuksan ang pinto at sumilip. Doon niya nakita si Dennis, nakatayo sa tabi ng front desk, kausap ang receptionist. Napabilis ang tibok ng puso niya.

Napasara ulit siya ng pinto at napasandal.

"Lord, tulong naman! PLEASE! Huwag naman po muna ngayon! Hindi pa ako ready!!!"

Halos mapasigaw siya nang may kumatok.

Binuksan niya ng bahagya ang pinto at sumilip.

"Yes?" tanong niya, pilit tinatakpan ang mukha gamit ang bahagi ng pinto.

"Ma'am, kung pwede daw po kayong makausap ni Sir Henry. Mayroon daw po siyang gustong i-discuss tungkol dun sa property na isina-suggest niyang ibenta na."

Si Henry, top-notch sales exec nila. Gusto na sana niyang i-delay pero... napaisip siya.

"Nasaan siya?"

"Nandoon po sa table niya. Shall I tell him to come to your office?"

"No, no! Ako na lang ang pupunta sa kanya," mabilis niyang sagot, sabay kuha ng tablet na parang props lang.

Episode 20

Ang Convincing Fake Na Fiancé

Matipuno at magandang lalaki si Henry. Bukod pa dito ay simpatiko at matamis magsalita. Isa ito sa dahilan kung bakit marami siyang successful deals at top-notch sales executive ng kumpanya. Siya ang napili ng dalaga na gawing kanyang imaginary fiance."

Bago lumabas ay tinawagan muna niya ang receptionist upang ipaalam na lalabas na siya.

"Mmmm... yes, Ma'am," sagot ng receptionist. Pagkababa ng phone ay sinabihan nito si Dennis.

"Palabas na po si, Ma'am. Maghintay lang daw kayo sandali dito."

* * * * * * * * * *

Maya-maya ay nakita ni Dennis na lumabas ang dalaga mula sa isang kwarto. Papunta na ito sa kanya nang biglang natigilan at parang may naisip.Nginitian siya nito at kumaway sabay nagsenyas ng "wait lang, sandali lang" at may itinuro

Lumiko ito at tumungo sa isang table sa di kalayuan. Sinundan naman siya ng tingin ni Dennis. May lalaking nakaupo na kinausap nito. Maya-maya ay lumingon ang lalaki, ngumiti at kumaway sa kanya.

Parang napako sa kinatatayuan niya si Dennis. Mistulang artista sa kaguwapuhan ang lalaking kumaway sa kanya. Sa oras na iyon ay naramdaman niya ang pagka-insecure at nanliit ang pakiramdam. Matikas ang pangangatawan, mahusay magdadamit at certified casanova ang lalaking kausap ni Denise.

"T-Tama lang palang sabihin ni Denise na... 'the best'... ang fiancee niya. Ku-Kumpara doon... mukha akong basurero..."

****

Sinadya ni Denise na ipaalam kay Dennis ang paglabas niya. Umaasa siyang hihintayin ang paglabas niya at susundan siya ng tingin ng binata. Nagkunwari siyang papunta na para makipagharap sabay tumigil sandali at umarte na may biglang naalala.

"Hihihi! Okay kaya ang akting ko," pilit na itinatago nito ang pagtawa sa ginagawang 'palabas.'

Kinawayan nito si Dennis, iminustra na "maghintay lang siya sandali" at itinuro ang pwesto ng Sales Executive.

Parang nararamdaman ni Denise ang pagsunod ng tingin ni Dennis habang naglalakad siya papalapit kay Henry.

Pagdating niya doon ay matamis na nginitian niya ang binata bago nagsalita.

"Yes, Henry... you wanted to talk to me?"

Halos magkanda-utal-utal si Henry bago nakasagot. Hindi lingid kay Denise na may crush sa kanya ang binata.

"A, ehem... yes, Ma'am. It's about the property in...."

****

Habang nagpapaliwanag ito ay pasimpleng sinulyapan ni Denise ang katukayo. Kitang-kita niya na titig na titig ito sa kanilang dalawa.

Kahit hindi niya lubos na pinakikinggan ang mga inilalahad ni Henry ay nagkunwari siyang seryosong nakikinig. Paminsan-minsan ay ngumingiti o tumatawa siya at sinasamahan pa niya ng patapik-tapik sa balikat ng binata.

Sa wari niya ay parang nawala ang sigla sa mukha ni Dennis habang pinagmamasdan sila. Panandaliang nalungkot si Denise. Pero nang maalalang may asawa na ito, napalitan ng paghihinampo ang nararamdaman niya.

"Hmmmp! Nanghihinayang ka siguro 'no?" galit na naisip niya.

"Sori ka na lang at may asawa ka na!!!"

Hindi pa siya nakuntento at naisip pang manutil.

"Uhummm, excuse me, Henry. Can you help me out a bit here? Mayroon kasi akong prospective male client. He's already sold on buying... pero, I don't know why... but he is playing hard to get."

"Really?" sagot ni Henry. "You mean, hindi tumalab sa kanya ang appeal mo? The man must be blind!!"

"Actually kasi... I know if I'm right... but I have a feeling... he is gay. *(Sigh!)* So siguro 'yun ang dahilan kung bakit my appeal is not working on him."

"Ahhhh, kaya naman pala... I understand now. So how can I be of help?"

"Uhmm... my client is here right now... and hopefully I can close the deal. He's in the lobby... beside the reception area. Baka naman pwedeng... kunwari ay mapapatingin ka sa direks'yon niya. If magtama ang mga mata n'yo... give him a wave and your 64 carat smile. Who knows... it might just be the push he needs to finally commit to me."

"Ganon ba? No problem, Boss," sagot ni Henry. Pagkasabi nito ay nilingon nito si Dennis, kinawayan sabay nginitian ng pagkatamis-tamis.

* * * * * * * * * * *

Muli siyang humarap kay Denise at nagmungkahi.

"If you want, Boss... I'll go out and talk to him and..."

"Huh! No, no, no! No need, Henry. A-Ako na lang ang bahala. I think na star-strucked na sa iyo yung client ko. Sigurado ko, he will finally cave in to my proposals.

"If you say so, Boss."

"Hmmm, here's what I want you to do. Itong mga proposals mo... dalhin mo lahat sa loob ng office ko and we'll talk more about it. Arrange it in a chronological order para mas madali kong mapag-aralan. Please wait for me inside... okay?"

"Yes, Boss!"

Pagkasagot ay kinikilig na kinuha ni Henry ang lahat ng mga papeles at pumunta na sa k'warto ni Denise.

Nang nakapasok na siya, saka lumabas si Denise para harapin si Dennis.

Episode 21

Trick Or Treat Ba O Truth Or Dare?

"Dennis!" masiglang bati ni Denise. "Bakit biglang napasyal ka yata? Hihihi! Magblo-blowout ka na naman ba ulit?"

"Hahaha! Hindi na, hoy... ano ka, sines'werte? Na-shunga lang ako at napasakay sa elevator na pataas imbes na pababa. E, nakita ko yung office n'yo... so naisipan kong bisitahin ka naman."

"Ay, sayang! Akala ko... malilibre na naman ako!"

"Hahahaha! Ikaw talaga, gustong-gusto mo akong maiisahan," sagot ni Dennis.

"Hihihi! Alam mo naman ako — basta libre... madali akong mayaya!"

((((((((0))))))))

"A, e, sweety pie... gusto mong mag-snack?"

"Hah?" gulat na naisagot ni Denise habang napatigil sa paglalakad.

"Snack??? B-BAKIT?"

Pinanghinaan ng loob si Dennis. Feeling niya, tinatanggihan ng dalaga ang alok niya.

"A, e... wala, wala! Ummm... okay lang, okay lang. Sige na, pumasok ka na sa building n'yo."

Nagtataka man, hindi rin maikaila ni Denise na natuwa siya.

"Huy, ano ka ba? Para nagulat lang naman ako sa offer mo -- biglaan kasi, parang special offer... kaya naitanong ko kung bakit. Baka mam'ya n'yan... wala kang pera, alam mo naman malakas ako kumain! Hi! Hi! Hi!"

"Aba, syempre naman! Big-time spender ito! Yayayain ko bang kumain ang sweety pie ko... kung wala akong pera? E, alam ko yata ang kapasidad mo sa kainan."

"Aba, aba... at nakuha pa nitong manglait. Pero, okay, game ako! Tamang-tama, nagugutom na ako at mam'ya pa yung next subject ko. Tara, ano bang ipakakain mo sa akin?"

"Gulaman at banana-que."

"Wow! Akala ko ba... big-time spender ang honey buns ko?"

"He! He! Alam mo naman Denise, banana-que at sago... big-time na sa akin 'yun. Sige na... super-size yung bibilhin ko sa iyong gulaman!" suhol ni Dennis.

"Huh! Anong palagay mo sa akin, cheap... nakukuha sa ganyan-ganyan lang?"

"P'sensya na..."

"O... O... mag-da-drama ka na naman, d'yan! Ikaw talaga, Dennis... may balak ka bang mag-artista? Gusto mo yatang lumabas ng teleserye, e! Hi! Hi! Hi!"

"Ha! Ha! Ha! Bagay ba? Pag leading man ba ang dating?"

"Nakupo... at tinotoo! Ano ba... mangti-treat ka ba o expired na yung offer mo? Gutom na ako, a!"

"Ha... mangti-treat, syempre!" sagot ni Dennis.

"O, e... nasaan na? Alangan namang ako ang bumili?"

"Ha! Ha! Ha! Syempre, alangan naman yung maganda kong girlfriend ang pabibilhin ko? Dapat naman ako!"

"O, di... ano pang hinihintay mo... pasko... bagong taon? GO KA NA! Wait kita dun sa ilalim ng puno... maraming bench dun. Bilisan mo... gutom na ako! Pag matagal ka... break na tayo!"

"Ha! Ha! Ha! Ikaw talaga... Wait ka lang!" masayang sagot ni Dennis habang tumatakbong papunta sa canteen.

"(Sigh!) Haaayy, Dennis... sayang at mayroon ka nang..." naiiling na nasabi ni Denise habang tinitingnan ang papalayong binata.

Maraming bakanteng bench at madali namang nakakuha ng pwesto and dalaga. Hindi nagtagal ay dumating na si Dennis dala-dala ang mga pagkain.

"O, sweety pie, mainit na mainit pa 'tong banana-que. Bagong-bagong luto... kahahango pa lang! Plus your super-size gulaman!"

"Wow! 'Yan ang gusto ko sa boyfriend ko... big-time spender... impressive!"

"Ha! Ha! Ha! Ako pa! Baka mamya n'yan kasi, ipagkalat mo sa mga friends mo na... kuripot ang BF mo!" Umupo si Dennis sa lapit ng dalaga at masaya silang kumain.

"Ummm, sarap!" halos sabay na nasabi ng dalawa.

Matapos ang ilang minuto ay halos sabay din natapos kumain ang magkatukayo.

"BURP! Ayyy! Hi! Hi! Hi! Excuse me! Hindi ko napigilan ang dumighay!" pagdispensa ni Denise. "Hi! Hi! Hi! Ka-babae kong tao... wala akong ka-poise-poise man lang. Sori, sori!"

"Ha! Ha! Ha! Ikaw talaga, Denise... kailan ka pa nagpapoise-poise pa sa amin. Kaya ka nga namin gustong kasama, cowboy ka... hindi ka ma-arts tulad ng iba d'yan!"

"Hi! Hi! Hi! Ganun? Parang si Mary lang din... kaya kung ituring n'yo tuloy kami... one of the boys na rin!"

"E, paano ba naman, mas sisiga-siga pa kayong dalawa ni Mary kaysa sa amin -- masisisi n'yo ba kami? Ha! Ha! Ha! Joke, joke, joke! Seriously, Denise... to be honest, ikaw yung babae na masarap kasama. Witty ka... charming at very down-to-earth!"

"Wow, ha! Parang nambobola ka na n'yan, a! Okay na ko, 'honey buns'... busog na ako. Hindi mo na ako kailangang bolahin pa! Good shot ka na sa akin. Kapag may chicks na nagtanong ng tungkol sa iyo... pupurihin kita ng husto! Hi! Hi! Hi!"

"Hindi... honest Denise! Totoo... you are one of a kind! Maganda, matalino, mabait... kenkoy, kwela... masayang kasama... lahat-lahat na! You are fun to be with. Kahit sinong... lalaki... uhmmm... ano... magiging proud na maging girlfriend ka!"

"Wow, ha! Bola pa more! Hi! Hi! Hi! Tama na... tama na... bilog na ang ulo ko! Hi! Hi! Hi! Alam mo, Dennis... kung hindi kita kilalang joker at taken na... bibigay na ako sa mga pasaring mo. Hi! Hi! Hi! Nakakakilig! Grabe sa pagka-sweeeet... nagyeyelo na nga ako dito sa kakiligan! Hi! Hi! Hi! O, sige na... anong punchline mo?"

Saglit na natigilan si Dennis. Gustong sabihin ang tunay na nadarama pero pinanghinaan ng loob. Sa halip ay nagbiro na lang.

"Hoy, ano ka ba naman, Girl? Alam mo naman na boy din ang type ko!"

Nanalaki ang mata ni Denise sabay hagalpak ng tawa.

"Hi! Hi! Hi! Ikaw talaga, Dennis! Hi! Hi! Hi! Akala ko talaga, bumigay ka na! In fairness... bagay sa iyo!"

"Ha! Ha! Ha!"

Napatingin sa relos niya si Denise.

"Ay, naku... time na pala para sa next class ko! O, paano, honey buns... thank you sa treat, ha! Next time ulit! Babay! Babay!"

At mabilis na tumakbo ang dalaga papasok sa building nila. Bago makalayo ay tumigil ito sandali, lumingon kay Dennis at humiyaw.

"Hoy, Dennis... huwag kang bibigay ha? Magagalit ang girlfriend mo! At saka, sayang, ang pogi mo pa naman... maraming iiyak! Hi! Hi! Hi!"

Napabungtung-hininga ang binata.

"Haaay, Denise... sana ikaw na lang," sabay batok nito sa sarili, "Haiisss! Ano ka ba, Dencio... kung anu-anong kabalbalan ang pumapasok sa isip mo?!!!"

((((((((O))))))))

Episode 22

Haaiisst...

"Uhmm... m-may k'warto ka pa palang sarili," ani Dennis habang pinupunasan ang pawis sa kanyang noo gamit ang likod ng palad. Pilit siyang ngumiti, pero ramdam ang kaba sa boses.

"Astig ka pala... pinuntahan ka pa nung receptionist. Boss ka ba dito?"

Biglang bumilis ang tibok ng puso ni Denise. Parang may spotlight na tumama sa kanya habang lahat ng oxygen sa buong opisina ay biglang nawala. Nanlaki ang mga mata niya habang nakatitig kay Dennis. Napalingon siya sa likod nito—doon sa receptionist na tila natigilan din sa pwesto.

Napakunot ang noo ni Dennis nang mapansing nagkatinginan sila ng babae sa likod. Parang naramdaman niyang may kakaiba. At lalo pang naging kahina-hinala ang eksena nang bigla na lang sumemplang ang receptionist sa ilalim ng cubicle—parang batang nahuling nagsusungkit ng marshmallow sa pantry.

"Huh? Anong nangyari dun sa receptionist? Bakit parang nagtago?" tanong ni Dennis habang sinusundan ng tingin ang direksyong tinakbuhan ng babae.

"Hi—Hindi... may, ano... may hinahanap lang siya..." sagot ni Denise, pilit ang ngiti at nanginginig ang boses. Ramdam niya ang unti-unting pag-akyat ng init sa batok, parang nalulunod siya sa sariling pawis.

Pero sa gitna ng panic mode, tila binigyan siya ng uniberso ng sandaling katalinuhan. Isang ideya ang biglang sumulpot sa isip niya. Kailangan niyang sumugal. Wala nang atrasan.

"A-Actually... hindi ko 'yun kwarto — office 'yun ng boss namin. May dinidiktang memo kasi siya kaya nando'n ako. Kaya ako pinuntahan nung receptionist. Hihihi!" pilit na tawa niya, parang gustong tunawin ang tensyon sa hangin. "Hindi naman kasi ako pwedeng tawagan habang nando'n. Baka magalit si boss."

Tumango si Dennis, pero bakas sa mukha ang munting pag-aalinlangan.

"Oo! 'Yung table ko — nando'n sa likod nung pader na 'yun," sabay turo ni Denise sa isang sulok ng opisina na halos hindi niya nilalapitan. "Medyo malayo, tapos may iniikot pang daan. Kaya hindi agad mapupuntahan."

Nagkibit-balikat si Dennis. Tumango ulit, pero halatang hindi pa rin kumbinsido. May kung anong kutob na hindi niya mabitiwan.

Sandaling natahimik ang buong paligid. Parang pareho silang naghahanap ng susunod na linya ng script sa isang play na hindi nila pinaghandaan. Nagtama ang kanilang mga mata, pero agad ding iniwas ni Dennis ang tingin.

****

"P-Paano na... Aalis na ako — baka nakakaistorbo na ako. M-Mukhang busy ka," aniya, sabay tingin sa sahig. Wala na siyang maisip na dahilan para magtagal pa. Hindi niya alam kung bakit, pero parang ayaw niyang marinig ang kasunod.

"A, e... hindi naman... konti lang," sagot ni Denise, kunwari'y kaswal ang tono, pero sa loob-loob niya, gusto niyang pigilan ito. Kung puwede lang niyang hilahin ang oras pabalik para ayusin ang lahat.

Dito siya tinira ni Dennis ng isang pasimpleng tanong. Wala namang halong galit o panunumbat, pero parang masakit pa rin.

"Oo nga pala. Bago ka lumabas... nakita kong may kinausap ka pa. Uhmmm... s-sino ba 'yung kinausap mo bago ka lumabas?" Ngingiti sana siya, pero kulang sa gana. "Pogi, a... hehe. Daig ako."

Napasinghap si Denise. Pero ilang segundong katahimikan lang ang lumipas, at agad din siyang nakabawi sa sarili.

"Hah? A, si Henry ba tinutukoy mo?" sagot niya, sabay kindat na parang nagbibiro. "Well... halata ba ang pagka-sweet namin?"

Tumango si Dennis. Medyo pilit. Parang napilitan lang.

"Uhummm... I guess the cat's out of the bag — YUP! ... he's my sweet, sweet fiancé. I've been meaning to properly introduce you to each other... pero, wala e... mukhang nahulaan mo na agad."

Napasinghap siya, sabay kagat sa labi. "Mmmmm... anyway, ano sa palagay mo... isn't he gorgeous? Kind of a hunk, diba?"

Parang may malakas na suntok na dumapo sa sikmura ni Dennis.

Isang solidong left hook.

Walang proteksyon.

Knock-out.

"O-Oo... oo!" sagot niya. Pilit na ngiti. Pilit na tapang. Pero kitang-kita sa mga mata ang lungkot na hindi niya maitatago.

"He wanted to meet you... kaya lang suuuppper busy siya ngayon," dagdag ni Denise habang pinipilit pa ring panindigan ang kwento.

"Kaya nag-wave na lang siya. Maybe next time, we three can go out and have some fun. Or p'wede mo ring isama ang wife mo — that would be great! Ano sa palagay mo?"

"O-Okay yun," sagot ni Dennis, halos pabulong. Gusto sana niyang magbiro o tumawa, pero nawala na ang gana. Tuluyan na siyang binalot ng lungkot. Parang biglang naging malamig ang buong opisina. Wala nang lasa ang hangin. Wala nang amoy ang kape.

"O, sige na... tutuloy na ako," paalam niya muli. "Sobra-sobra na akong nakakaistorbo. Babay na."

* * * * * * * * * * *

Tumalikod siya. Mabigat ang bawat hakbang. Parang may bato sa dibdib niya. Hindi man lang siya lumingon. Para siyang ibong pinutulan ng pakpak sa gitna ng lipad.

Sa unang tingin, parang tagumpay si Denise. Nakalusot siya. Nabenta ang kwento. At may bonus pang kaunting pikon si Dennis.

Pero...

Bakit parang hindi siya masaya?

Bakit parang may kung anong lamig na gumapang sa kanyang batok?

Nang makita niyang parang malungkot si Dennis habang papalayo, unti-unting nalusaw ang ngiti sa kanyang labi. Parang may kumurot sa puso niya. Hindi niya maintindihan kung bakit, pero ang tagumpay ay biglang naging kulang.

Mula sa pintuan ng opisina, sinundan niya ng tingin ang papalayong imahe ni Dennis. At kahit pilit niyang pinipigilan ang sarili, hindi niya napigilang mapabulong.

"Haaiisst..."

Episode 23

Buong Pusong Litong-Lito

Gulong-gulo ang isip ni Dennis habang lumalabas ng gu-sali. Para siyang naglalakad sa makapal na ulap—malamig, walang kulay, at walang direksyon. Sa bawat hakbang niya sa mainit na semento ng parking lot, pakiramdam niya'y may nakapatong na sako ng buhangin sa balikat niya. Mabigat. Nakakanghina.

Hawak niya ang cellphone pero 'di niya alam kung saan siya pupunta. Wala namang text, wala ring tawag. Pero hawak pa rin niya ito, para bang may inaasahang mensaheng magpapaliwanag sa nararamdaman niya.

"Bakit ganito ang nararamdaman ko?" mahina niyang bulong sa sarili habang nilalakad ang daan papunta sa kanyang sasakyan. Nagfog na ang salamin niya sa mata sa dami ng buntong-hininga niya. Pinunasan niya ito gamit ang laylayan ng polo, pero parang wala rin—malabo pa rin ang paningin, kahit malinaw naman ang langit.

"Ba't naapektuhan pa ako sa kanya?" tanong niyang muli, mas mariin na ngayon, habang hinahagod ang buhok na parang gusto niyang alisin ang gulo sa isip niya. "Hindi naman kami naging kami... wala naman talagang 'kami'—di ba?!"

Pero kahit ilang ulit niyang ulitin 'yon, kahit ilang beses pa niyang piliting kumbinsihin ang sarili, may parte ng puso niya na ayaw maniwala. May boses na paulit-ulit na humihimig sa likod ng kanyang isip: Pero minahal mo siya, e.

* * * * * * * * * * *

Huminto siya sandali sa tapat ng sasakyan. Inabot niya ang susi, pero hindi niya agad binuksan ang pinto. Tumingin siya sa salamin ng kotse, at sa kabila ng repleksyon niya, nakita niya ang mga mata niyang tila nagmamakaawa. Naguguluhan. Nasasaktan.

Hindi niya napansin ang ingay ng paligid—ang bumubusina, ang mga nagtatawanang empleyado, ang isang motor na biglang dumaan sa likod niya. Para siyang nasa sariling mundo.

Hanggang sa may boses na dumurog sa katahimikan ng lahat.

"Dennis! Dennis!"

Napalingon siya agad, parang biglang binuhusan ng malamig na tubig. Kumunot ang noo niya, sabay lakas ng tibok ng puso niya na para bang biglang sinapak.

"D-DENISE...?"

* * * * * * * * * * *

Samantala, sa itaas ng gusali, binabagtas ni Denise ang corridor pabalik sa kanyang opisina. Pero sa bawat hakbang niya, tila may multo ng nakaraan na bumabalot sa kanya—mahigpit, malamig, at hindi niya matakasan.

"(Sigh!) Was I too rude?" tanong niya sa sarili, habang kinakalikot ang ballpen sa palad niya. Nakakunot ang noo niya, at paulit-ulit na tinitingnan ang floor tiles na parang nandoon ang sagot. "Somobra ba 'yung ginawa kong pagmamataas?"

Bumuntong-hininga siya ulit, 'yung malalim—'yung tipong galing sa sikmura, sa pusong pinipilit niyang papagurin sa katwiran.

Hindi mawala sa isip niya ang hitsura ni Dennis. 'Yung lungkot sa mga mata nito, 'yung mabigat na hakbang, at higit sa lahat, 'yung hindi man lang siya nilingon bago pumasok ng elevator.

Kumirot ang puso niya. Pero agad din niyang pinagalitan ang sarili.

"Hmmmp! So what kung nasaktan ko siya?" inis na bulong niya habang pinipisil ang ballpen, halos mabali sa pagkakakapit.

"I don't owe him an apology! Not even an ounce of it! At saka... may asawa na siya, 'di ba?! Ipinagpalit na niya ako! Kung nasasaktan siya ngayon, e di siya na! Serves him right!"

Tumigil siya sandali sa gilid ng hallway, nakatukod ang palad sa dingding. Pilit niyang pinapaniwalaan ang sarili, pero sa totoo lang, may bigat sa dibdib niya na hindi niya maalis. Parang may bara sa lalamunan niyang ayaw lunukin. Parang may kwento siyang hindi nasabi.

Nang malapit na siya sa opisina, bigla siyang huminto.

Parang may humawak sa balikat niya.

Hindi tao—kundi damdaming matagal na niyang pilit iniiwasan.

Emosyong ayaw niya sanang pakawalan.

“Haaaiiisss!!! Ano ba ‘to?!!!”

Hindi niya napigilang mapasigaw, sabay sabunot sa buhok niya. Halos may lumipad pang clip na di niya namalayang natanggal.

Napapikit siya nang mariin, at sa pagpikit niyang ‘yon, lumitaw ang eksenang kanina pa paulit-ulit sa utak niya: si Dennis, ‘yung tingin, ‘yung katahimikan, ‘yung sakit.

Tumingin siya pabalik sa direksyon ng elevator. Wala na dapat siyang balak balikan, pero parang may magnet sa paanan niya na humihila sa direksyong ‘yon.

Parang sinasabi ng utak niya: Habang nandiyan pa siya, pwede mo pa siyang habulin. Pwede mo pang linawin. Pwede mong sabihin na hindi mo sinasadya.

“SHHEEEESHHH!!! I MUST BE MAD!” bulalas niya.

* * * * * * * * * *

Bumuwelta siya sabay tadyak sa hangin. Napalakas pa yata kasi muntik matumba ang plantbox sa gilid.

Naglakad siya pabalik sa opisina, pero ilang hakbang pa lang, huminto ulit siya.

Isang malalim na buntong-hininga.

Tumingala siya sa kisame na parang nandoon ang sagot.

"Suro, kahit isang beses na lang... one last meeting..." mahina niyang sabi.

At parang biglang may sumindi sa kanya. Tumakbo siya. Hindi niya na iniinda kung may makasalubong siya. Walang pakialam sa itsura niya. Tumakbo siya patungong elevator, hawak-hawak ang puso niyang parang sasabog sa kaba.

Episode 24

Parang Yesterday Lang Once More

Nagulat si Dennis nang marinig niya ang tinig ni Denise. Sino ba naman ang mag-aakalang susundan siya ng dalaga pagkatapos ng kanilang awkward na paghihiwalay kanina? Lumingon siya, at doon, sa gitna ng mataong kalsada, nakita niya si Denise, bahagyang hingal, na parang hinabol ang pinakamabilis na dyip sa EDSA.

"Denise, bakit ka naandito?" tanong niya, ang boses ay may halong gulat at pagtataka.

Ngumiti si Denise, isang ngiting pilit, na may kasamang kakaibang kaba. "Ha, a, e... kasi... ahhh... ahhh... naalala ko... hindi pa pala kita naii-treat man lang," pagdadahilan niya, sabay iwas ng tingin. Mukhang naghahanap ng tamang salita. "B-Baka sabihin mo naman... ikaw lang lagi ang nagagastusan... so babawi naman ako sa iyo! Blowout kita ngayon."

Napakunot ang noo ni Dennis. Hindi niya inaasahan ang alok na ito. "Naku, h'wag na. O-Okay lang 'yun."

Umiling si Denise, ang ngiti ay naging mas matatag. "Ayy, hindi pwede! Mam'ya n'yan pag nag-reunion tayo... isusumbat mo sa akin na 'kapal muks' ako! Hihihi! Don't worry... big time spender din ako... pareho mo! O, ano... game?"

* * * * * * * * * * *

Hindi maitago ang kagalakan ni Dennis. Kanina lang, pakiramdam niya ay isa siyang boksingero na natalo sa laban, TKO – knockout na. Akala niya huling pagkikita na nila. Ngunit ngayon, biglang may dahilan pa para madugtungan ang kanilang pagkikita. Walang pagsidlan ang saya ng puso niya. Parang nabunutan siya ng tinik na hindi niya alam na nakatusok pala.

"Oo ba! Ha! Ha! Ha! Humanda ka! Dodoblehin ko ang kakainin ko ngayon. Tamang-tama... gutom na gutom na ako!" sagot ni Dennis, sabay tawa nang malakas. Ang bigat sa dibdib niya kanina ay tila naglaho na parang bula.

* * * * * * * * * * *

Habang kumakain sila sa isang restawran, tahimik ang dalawa, ngunit parehong malayo ang iniisip. Bawat isa ay kinekwestyon ang kani-kanilang motibo. Ang amoy ng sizzling sisig at ang ingay ng mga nagtatawanang kumakain ay tila naglalaho sa kanilang pandinig, dahil sa ingay ng kani-kanilang mga kaisipan.

"B-Bakit hinabol ko pa siya?" pagalit ni Denise sa sarili, habang pasimpleng hinahalo ang kanin sa plato niya. "Naniwala na siya na fiancee ko si Henry and that should be enough to drive him away. Kung nasaktan man siya o hindi, it doesn't concern me at all. I should feel vindicated... relieved, dahil natapos na ang lahat sa amin. So, why the heck am I doing this... and why am I feeling happy at this moment?!!!" Sumulyap siya kay Dennis, na abala sa pag-aalis ng buto sa kanyang manok. Ano nga ba ang pakiramdam niya ngayon? Masaya? Bakit?

Si Dennis naman ay labis ding naguguluhan sa nangyayari. Nagkaroon ng kakaibang kislap sa kanyang mga mata nang bigla niyang makita si Denise na sinundan siya. "Dapat iniiwasan ko na siya... dahil may asawa na ako. Iyon dapat ang mangyari. At... at masaya na s'ya... at ikakasal na rin," bulong niya sa sarili, habang pasimpleng nilalagyan ng suka ang kanyang sawsawan. "Pero, bakit gustung-gusto ko pa siyang makasama? Bakit, kahit sa maikling sandali ay gusto ko pa siyang makausap... o kahit makapiling man lang... kahit na ilang segundo lang?" Huminga siya nang malalim, pakiramdam niya ay may gumugulo sa kanyang utak, sa kanyang puso.

Pasimple nitong sinulyapan ang dalaga. Tyempo naman na nakatingin ito sa kanya. Kapwa sila natigilan nang magtama ang kanilang mga mata. Ang pagitan nila ay tila lumiliit, at ang tunog sa paligid ay naglaho. Ilang segundo rin ang lumipas bago sila kapwa nahimasmasan. Sa una ay nagkahiyaan sila, ang mga pisngi ni Denise ay bahagyang namula, habang si Dennis naman ay bahagyang napakagat labi. Pero sa huli ay hindi napigilan ang magtawanan. Ang kanilang tawa ay parang musika sa gitna ng kaguluhan ng kanilang damdamin.

Si Dennis ang unang nakabawi at nagbiro, "Weh, binabantayan mo ang mga kinain ko, ano? Ha! Ha! Ha! Tinatant'ya mo kung mas marami akong kinain kaysa sa iyo nung ako ang nagbayad... diba? Aminin!"

"Hi! Hi! Hi! Sobra ka naman! Para, tsine-check ko lang... kung sino ang mas malakas kumain sa ating dalawa... kapag ako ang nagbabayad! E, kitang-kita... ikaw ang mas malakas kumain!"

"E, di pareho din 'yon! Parang sinabi mo na ring... kapag ikaw 'yung nagbabayad... sinasamantala ko!"

"Hi! HI! Hi! Ikaw ang nagsabi n'yan, ha? Hindi ako!"

"Ha! Ha! Ha!"

(((((((O)))))))

"Huy... honey buns, bakit wala kayo sa likod namin nung last subject natin?" tanong ni Denise. Nakita niya si Dennis na nag-iisa at sinamantala ang pagkakataon at kinorner ito.

"Huh! A, e... wala lang," parang wala sa sariling sagot ni Dennis.

"Hmmp! Wala lang? E, hanap ako ng hanap sa inyo... hindi ko kayo makita. Numating lang yung prof, saka lang kayo nagpasukan... bakit?"

"W-Wala... ano... ah, ah, na late kasi kami ng dating kaya sumimple na lang kami ng pasok para hindi mahalata ni Prof," paliwanag ni Dennis habang hindi tumitingin ng diretso.

"Ganooon? Ganoon lang yun? E, bakit hindi man lang kayo nagparamdam man lang? Pagkatapos nung class, parang bula na naman kayong nawala. Para tuloy kaming basang sisiw na naulila," pangungutya ni Denise.

Hindi sumagot si Dennis.

"Huy!" pangungulit ni Denise, "ang sabi ko... bakit hindi man lang kayo nagparamdam? Mukha tuloy kaming..."

"... basang sisiw?" biglang pinutol ni Dennis ang sasabihin pa ng dalaga, "parang hindi naman. Diba, naandoon naman at binabantayan ka ni Antonio a.k.a. Mister Simpatiko, Mister Bigotilyo at Saviour mo," may bahid ng pagdaramdam na nasambit nito. "Kitang-kita ko nga na ngiting-ngiti ka habang nakabantay na parang si Jaworski 'yung kumag na 'yon."

Si Denise naman ang natigilan. Nagulat ito sa mga narinig. Maya-maya ay nagliwanag ang mukha nito at natawa.

"Ahhhhahaha... si Anton ba ang tinutukoy mo? Weehh, huwag mong sabihing naiin-secure ang honey buns ko doon?"

"A-Anong naiinsecure? Hindi, a... ano lang... ayokong magmukhang asungot kung eentra pa ako sa inyo... e, ang sweet-sweet ninyong dalawa kanina habang nag-uusap."

Hindi agad nakasagot si Denise.

"O, ano... speechless ka. Hmmp, porke naandoon lang 'yung dreamboat mo... nalimutan mo na kami," dagdag ni Dennis. "Tapos, sasabihin mo hinahanap mo kami?!"

"To-Totoo namang hinahanap ko kayo," mahinang sagot ni Denise, "k-kaya lang talagang hindi ko kayo nakita. S-Saka... hindi ko namang ginustong sa lapit namin umupo si Anton. Nakakahiya naman kung... kung paaalisin ko... wala naman kasing permanenteng seating arrangement sa klase natin, diba? S-Sori na kung nawalan kayo ng silya."

"Hindi naman ako nagagalit, Denise. Kahit kailan, hindi ako pwedeng magalit sa iyo. Ang totoo n'yan... nagseselos ako," pasimula ni Dennis. "Hindi mo lang kasi alam kung gaano na kita kamahal. I LOVE YOU, DENISE. Grabe, sobrang grabe! Ayokong aminin sa iyo pero... I LOVE YOU SO VERY MUCH."

Tulala si Denise. Hindi siya makapaniwala pero hindi maikaila na sobrang ikinasaya niya ang narinig. Pareho pala sila ng nararamdaman. Aamin na din sana siya ng biglang tumawa ang kausap.

"Ha! Ha! Ha! Ang galing ko bang umarte, Denise? Parang totoo ano... pang koreanovela na ba? Ha! Ha! Ha!"

Bagamat nalungkot, pinilit ng dalaga na tumawa rin, "Hi! Hi! Hi! Wow, nag-aakting ka pala! Ang galing... impress ako."

"N-Naniwala ka ba sa sinabi ko?"

"Hah? Ano... naniwala? N-Naku... hindi-hindi," mabilis na sagot ng dalaga. Ayaw nitong pahalatang totoong naniwala siya. "Nagulat lang ako. Hi! Hi! Hi! S-Saka, saka... alam ko namang may girlfriend ka na... at siguradong nangti-trip ka lang. Saka, kung nagkataon... basted ka agad sa akin," ang naisip na nitong sabihin.

"Babastedin mo ako? Wala ba talagang pag-asang maging tayo?"

Hindi malaman ni Denise kung nagbibiro pa rin o seryoso na ang kausap. Pero dala na rin ng sobrang sama ng loob, nagdesisyon itong magpakatotoo. Bahala na kung mapahiya siya.

"Dennis... mahal..."

"HOY, NAAND'YAN LANG PALA KAYONG DALAWA. KANINA PA NAMIN KAYO HINAHANAP!!!"

Si Mary and dumating kabuntot sina Allen, Carlo at Vince.

"K-Kayo pala... b-bakit n'yo kami hinahanap?" sagot ni Denise.

"Haler, malapit na po ang next subject natin... bakit wala ba kayong balak pumasok na dalawa?" usisa ni Mary.

"Oo nga... kanina pa kami naghihintay sa room, naandito lang naman pala kayo. Ano bang ginagawa n'yo dito at hindi pa kayo pumapasok sa loob?" singit ni Allen.

"G-Ginagawa? Wala... ano, ah... galing lang ako sa CR, tapos nadaanan ko si Dennis dito. Ayun nga, niyayaya ko na siyang pumasok ng dumating kayo. Hi! Hi! Hi! Split second lang ang diperens'ya natin."

Diskumpyadong tiningnan ni Mary si Denise, halatang hindi kumbinsido. Hiyang-hiya naman si Denise na umiwas ng tingin sa kaibigan.

"O, e... ano pang hinihintay natin dito? Tara na sa loob at baka abutan pa tayo dito ni Prof, pagalitan pa tayo," yaya ni Vince. "Let's go guys!"

Isa-isang nagbalikan ang magkakaibigan sa kwarto. Palihim na sinulyapan ni Dennis ang katukayo.

"Tama ba 'yong narinig ko na mahal...," nasabi nito sa sarili, sabay nalungkot na nailing, "hindi, imagination ko lang 'yun. Sabi nga niya... basted ako agad sa kanya kung sakali."

Napabuntung-hininga ito, "Pero, sayang, sayang... nasabi ko na 'yung tunay na nararamdaman ko — tapos umurong pa ulit ang buntot ko! Haaiisss! Andoon na, binawi ko pa! BOBO, BOBO, BOBOOOOOOOO!!!

Hindi nito napansin na lihim din siyang tinitingnan ni Denise.

"Saved by the bell ba ako o nawala 'yung pagkakataon? Kung nasabi ko ba nang tuluyan na mahal ko siya... okay kaya ang kinalabasan o baka napahiya lang ako? B-Baka umiwas pa siya sa akin, tulad ng nangyari sa kanila noong una? (Sigh!) A-Ayokong mangyari 'yon... pero... pero... paano na...?"

((((((((O))))))))

Episode 25

Tanungan Portion

"**So... how has it been?" tanong ni Dennis habang na**katingin kay Denise na tila hindi pa rin makapaniwalang nasa harapan niya ito ngayon.

Napangiti si Denise. Pero bago pa siya makasagot, may dagdag si Dennis na nagpabilis sa tibok ng puso niya.

"Mukhang the years have been good to you. You look exactly the same... nung huli kitang nakita... if not better!"

Namula ang pisngi ni Denise, parang teenager na kinilig sa papuri. Napatingin siya saglit sa ibang direksyon para lang maitago ang ngiti sa labi niya.

"S-Salamat!" sagot niya, sabay hampas ng mahina sa braso ni Dennis. "Ikaw din naman... parang ganun pa rin... hindi pa rin nagbago ang kapogian mo. Ika mo nga, handsome na... yummy pa!"

"Ha! Ha! Ha!" tawa ni Dennis, sabay turo kay Denise. "Tanda mo pa rin pala 'yun!"

"Of course! Makakalimutan ko ba naman 'yung signature lines mo kapag dine-describe mo ang sarili mo?" Tumawa siya ng mahinhin, halos pabulong pero punong-puno ng sarcasm. "Hi! Hi! Hi! Handsomely yummy... grabe, ang kapal talaga!"

"Ha! Ha! Ha! Guilty as charged!" sagot ni Dennis habang tinatakpan ang mukha niya sa hiya. Pero halata sa mata niyang tuwang-tuwa siya sa muling biruan nila.

* * * * * * * * * * *

Ilang sandali silang nagtawanan, at parang sa mga panandaliang iyon ay nawala ang lahat ng awkwardness. Parang bumalik ang dating samahan, parang walang nangyaring dekadang pagkakalayo.

Pagkatapos ng tawanan ay unti-unting naging seryoso ang tono ni Dennis.

"Seriously, Denise... how has it been?"

Napatigil ng bahagya ang dalaga. Bumuntong-hininga bago nagsalita. "Well, tulad nga ng sinabi mo, the years have been kind to me..."

Tumango si Dennis, tahimik lang habang nakikinig.

* * * * * * * * * * *

"Diba, nag-abroad ako? Doon ko na tinapos ang college ko..."

"Yes, Denise... how can I forget that..." mahina niyang bulong, halos hindi marinig. Bahagya siyang yumuko, para hindi mahalata ang lungkot sa mga mata niya. Pero kahit paano, hindi nakalampas sa paningin ni Denise ang biglang pag-iba ng expression niya.

Nagpatuloy ang dalaga, pilit inaalis ang bumigat na hangin sa pagitan nila. "Plano sana ni Dad, sa abroad na rin ako magtatrabaho... which I did, eventually. Kahit ayaw ko. Pero after some months of working... narealize ko, I'm really not cut to work or live in other countries."

"Bakit naman?" tanong ni Dennis, may halong concern at curiosity sa boses.

"I miss home. I miss the chaos. I miss the tricycle rides, the traffic, the food, and... the people." Napatawa siya ng konti, sabay tingin kay Dennis. "Home is where my heart is. Nang makumbinsi ko si Dad na hayaan akong umuwi, agad-agad akong nag-book ng flight! Hahaha! Mahirap na, baka magbago pa isip niya!"

Napailing si Dennis, tawa rin ng tawa. "Ikaw pa! Classic Denise talaga. Kapag may gusto, gagawin ang lahat... kahit magpacute kay Daddy!"

"Hmph! Hindi ako nagpacute... nagmakaawa lang ako, konti," sabay kindat niya.

"As luck would have it," dagdag ni Denise, "pagbalik ko, nagkaroon ng opening sa company ng uncle ko... sa Lauchengco Realty — and here I am today!"

"(Sigh!) Buti na lang..." bulong ni Dennis habang pinagmamasdan ang dalaga.

Napakunot-noo si Denise. "B-Bakit naman?"

"W-Wala... wala naman!" iwas agad ni Dennis, sabay tingin sa kabilang direksyon. Parang nahuli sa act na nagbubunyag ng damdamin.

"Hmm... suspicious ka, ah," pang-aasar ni Denise, pero hindi na rin niya pinilit. May bahagi ng puso niyang natutuwa, pero may bahagi rin na natatakot sa maaaring ibig sabihin ng mga hindi sinasabi ni Dennis.

Nagpalit siya ng topic. "O, how about you... what happened to you after college?"

((((((((O))))))))

"Uhmm... congrats nga pala, Denise... du'n sa pagkakaroon mo ng scholarship. Uhm... kailan nga pala ang alis mo?" tanong ni Dennis.

"Sa... sa makalawa na," sagot ni Denise.

"Malapit na rin pala. Uhmm... mag-isa ka lang ba doon?"

"Mayroon naman akong kasamang ibang Pilipino doon... yung mga nauna na sa akin at makakasama ko sa titirahan ko. Pero, technically mag-isa lang ako sa batch na ito."

"Ganon ba? I-Ingat... uhm... ingat ka doon, ha."

Nagulat si Denise sa tinurang ito. Hindi niya akalain na may malasakit pa rin sa kanya si Dennis.

Sasagot sana siya pero napigilan nang dire-diretsong nagsalita ang binata.

"Denise... uhum... paano ko ba sasabihin ito. Ahh-ano... nakakahiya mang sabihin pero, uhmm... ano... ahhh... p-pasens'ya ka na... sa mga pag-iwas... at hindi pagpansin ko sa iyo... nitong mga nakaraang araw. Medyo parang nawala lang ako sa wisyo. Pero, uhum... kahit ganoon ang mga ipinakita ko sa iyo noon... gusto ko sanang malaman mo na... hindi ko ginusto ito... and for all its worth... pinagsisisihan ko ito."

Panakaw na tumingin sa kanya si Dennis bago muling nagsalita.

"Hindi ko inaasahang maniwala ka pa sa akin. Grabe! Inaamin ko... sobrang naging inconsiderate ako — totoo 'yon. Pero, pero... kahit ganoon pa man ako noon... lagi pa rin kitang inaalala... at lagi kang kasama sa dasal ko..."

Medyo natawa siya ng konti sa nasabi.

"(Chuckle!) Kapani-paniwala ba? Ako, nagdarasal? Uhmmm... pero totoo 'yon. Lagi kitang pinagdarasal nang... kung anu-ano lang na maisip ko... na sana lagi kang safe... uhm, na hindi ka magkakasakit... at saka lagi kang gagabayan ni God sa lahat ng gawain mo. Mga ganoon..."

Huminga siya ng malalim saka nagpatuloy.

"Sorry talaga, Dennis! Hindi mo lang alam kung gaano ako nagsisisi kung bakit nagpadala ako sa aking emosyon... na wala naman dapat akong karapatan. Naging selfish ako — makasarili... nakalimutan ko na wala ka naman tayong relasyon. Para akong batang nagtampo sa iyo... nagalit. (Sob!) Pero, wala e... huli na rin itong pagsisisi ko... naand'yan na 'yan. (Sigh!) Kahit ano pang gawin kong pagsisisi... hindi ko na maibabalik ang lahat. Sorry, sorry, sorry. Aminado ako... kasalanan ko ang lahat."

Tungo ang ulong tumayo ito.

"Good luck, ha! A-Alam ko naman na... kayang-kaya mo 'yan! Uhm... sana, sana... lagi mong iingatan ang sarili mo. H'wag mong pababayaan... h'wag kang magkakasakit — kahit sakit lang ng ulo o ngipin... ipa-check-up mo agad. H'wag

kang magpapagutomn. Alam mo namang masama sa iyo ang malipasan ng gutom. P-Promise ko sa iyo... lagi kong ipe-pray na lagi kang bantayan ni God at i-guide sa lahat ng gagawin mo. Promise ko talaga magdarasal ako. P-Promise ko rin... h-hindi... hinding-hindi kita kalilimutan. Uhmmm... ganoon ka kahalaga sa akin."

Tumingin siya kay Denise na nakatingin din sa kanya.

"Uhm... I-I... love... " sinimulan niyang sabihin pero hindi nakayang tapusin. Magkahalong pagkahiya at kawalan ng pag-asa ang pumaloob sa kanya.

Dali-dali niyang kinuha ang kanyang mga gamit at umalis nang walang paalam.

((((((((O))))))))

Episode 26

Akala Ko Hihintayin Mo Ako

"So that's it in a nutshell," pagtatapos ni Dennis, "after working for some years, I decided to work freelance and establish my own company. Happily, it's all working out fine!"

Napatingin sandali si Denise sa labas. Akala ni Dennis ay magyayaya na itong umalis kaya medyo inayos na niya ang sarili -- nang bigla itong nagtanong.

"Ka... K-Kailan... uhm... kailan ka... nag-asawa?"

Hindi inaasahan ni Dennis ang tanong na ito mula kay Denise. Sandali siyang natigilan.

"Dennis?" muling tanong ng dalaga.

"Hah?!! A, e... kailan ako ikinasal?"

Tumango-tango si Denise pero hindi iniiwanan ng tingin ang kausap.

"Uhmm... ahhh... last year... last year lang," wakas ay naisagot ni Dennis. "Diba, 'yun ang sinabi ko sa iyo... nung una tayong nagkita?"

Muling tumango-tango si Denise pero hindi kumibo. Muli na namang naghanda si Dennis para umalis. Magyayaya na sana siyang umalis nang nagtanong muli si Denise.

"Papaano kayo nag-meet? (Sigh!) S-Siya ba rin 'yung girlfriend mo nu'ng college pa tayo?"

Pilit umiwas si Dennis sa pag-uusisa sa kanya.

"Ayy, naku, hwag ka na ngang magtanong ng tungkol d'yan," pabirong sagot niya. Balak sana niyang daanin sa biro ang lahat nang mapatingin siya sa dalaga. Bakas ang kaseryosohan sa mukha nito.

"Ahh... ano... ummm," biglang bawi niya, "actually... hindi 'yung girlfriend ko nung college ang nakatuluyan ko..."

Dahil naiisip ng maiidahilan, hindi napansin ni Dennis na bahagyang lumungkot ang mga mata ni Denise.

Nagpatuloy siya.

"Y-Yung naging kwan... asawa ko... uhm... uhmm... ahh, ahh... ano — friend siya nung friend ko rin. Uhmm... na meet ko siya sa isang party."

"A-Anong nangyari... sa dati mong girlfriend? Bakit hindi kayo nagkatuluyan?"

"Hah? 'Yun? Uhmm... a-ano... nag-break kami... !" sagot ni Dennis. "Hahaha Obviously naman, ano... kaya nga hindi kami nagkatuluyan," pilit na pagpapatawa ni Dennis.

Pero ni hindi ngumiti si Denise bagkus ay nanatiling nakatingin sa kanya ng husto.

* * * * * * * * * *

Naalangan na si Dennis na magbiro.

"Ano... medyo nagkasawaan na yata kami. G-Ganon yata talaga... kapag matagal na kayo... "

Napatingin siya sa dalaga. Muling nagtama ang kanilang mga mata. Bakas sa mukha nito ang pagtatanong... at paghihinampo.

Si Dennis ang unang nagbaba ng tingin. Pakiramdam niya ay tinutusok ang mga mata niya ng mga titig ni Denise.

"Ganon na lang ba 'yon? Magbe-break na... dahil nagkasawaan na? Balewala na ba... ang pinagsamahan?" may halong panunumbat ni Denise.

"H-Hindi naman. Ano, e... si-siguro... not meant to be lang talaga kami sa isa't isa..."

"Uhummm," may tono pa ring panunumbat, "bakit... bakit nag-asawa ka agad? B-Bata ka pa naman... bakit ka nagmadali?"

"Hah?!! Ano... kasi... *(sigh!)* w-wala... wala lang! Basta naisipan na lang naming magpakasal. Hehe! 'Yun na yon... h'wag mo nang itanong..."

Tumingin sa malayo si Denise. Nangingilid ang luha sa mga mata at hindi napigilan sabihin ang sumusunod na salita.

"A-Akala ko kasi... h-hihintayin... mo ako... "

Parang tumigil ang oras sa mga sandaling iyon.

* * * * * * * * * * *

"D-Denise?" ang nasambit ni Dennis.

Tumingin si Denise sa kanya. Bumuka ang labi upang sumagot.

"Sir, Ma'am," biglang may nagsalitang waiter sa tabi nila, "sa inyo po ba 'yung puting kotse na nakaparada sa may exit ng restaurant? Baka pwede pong ilipat ninyo kasi may lalabas na sasakyan."

"Hah? Ano?" namalikmatang sagot ni Dennis. "Ahhh... hindi, hindi! Hindi sa amin 'yon."

"Sorry po, sorry po! Pasens'ya na, Sir, Ma'am!" dispensa ng waiter at lumayo na para magtanong sa susunod na table.

Nahimasmasan naman si Denise sa mga nabitawang salita.

"Denise?"

"Ahh...ano...," biglang bawi nito, "uhummm, ikaw naman kasi... ni hindi mo ako hinintay bago ka nag-asawa! Sana man lang... naka-attend ako ng kasal n'yo... o kahit nakaabay man lang, hihihi!"

"Uhmm... 'yun ba ang ibig mong sabihin?" disappointed na nawika ni Dennis.

"Oo naman! Kung nahintay mo ako... di sana may regalo pa ako sa iyo. Eroplano o kaya helikopter. Kaso, hindi e... sorry ka na lang! Hi! Hi! Hi!"

Episode 27

Pwede Pa Bang Ituloy Ang Yesterday?

Tahimik na tahimik si Dennis habang naglalakad sila ni Denise pabalik sa kanilang building. Marahang humahampas ang hanging gabi sa kanilang mga mukha, pero hindi nito napapawi ang bigat ng katahimikan sa pagitan nila.

Hindi naman tumitigil sa kakakwento si Denise—kung ano-ano na ang pinagsasabi niya, mula sa panaginip niya kagabi na may lumilipad na lechon hanggang sa kung paanong muntik siyang mahulog sa escalator kanina dahil sa kagigiling ng bagong kanta ni SB19.

Pero si Dennis... panay lang tango, simpleng "ah" o "ganun ba?" ang tugon. Walang kabuhay-buhay. Para bang may iniisip na malalim, o baka... may kinikimkim?

"Huy, Dennis, bakit ang tahi-tahimik mo?" sabay kurap ng mga mata ni Denise, ginagaya ang istilo ng mga batang nagpapacute. "Hi! Hi! Hi! Nanghihinayang ka ba dun sa dapat na regalo kong eroplano sa iyo? Huwag kang mag-alala. Bibigyan pa rin kita nito—yun nga lang matchbox models na lang! Pero limited edition, ha, gawa sa karton!"

Tumingin si Dennis sa kanya. Diretso. Mata sa mata. Pero hindi kumibo.

"Ano baaaa?!! Kanina lang, ang saya-saya mo... ngayon, para kang bato sa katahimikan. Anyare? Hi! Hi! Hi! May dismenoriya ka ba?"

Kalahating biro, kalahating inis ang tono ni Denise. Pero sa loob-loob niya, may kiliti ng kaba. May kakaiba sa kilos ni Dennis. Hindi ito yung usual na pilyo't masayahin na Dennis na kilala niya. Hindi ito yung Dennis na kayang patawanin kahit traffic sa EDSA ang usapan.

Tahimik pa rin. Ni hindi man lang ngumiti. Si Denise, napapadyak sa inis.

"Haaiisst! Anong nangyari dito sa taong ito?" bulong niya sa sarili. "Hay, naku... bahala ka na nga diyan! Hindi rin naman tayo magkikita kahit kailan pa! Hmp! Manigas ka d'yan kung kakausapin pa kita!"

* * * * * * * * * * *

Naglalakad na siya pauna, medyo pasuray dahil sa inis, nang biglang tumigil si Dennis. Kasabay ng paghinto nito ay ang pagikot niya paharap, para bang sa isang eksena ng teleserye kung saan sa wakas ay may sasabihing matino ang bidang lalaki.

Nagulat si Denise. Halos mabitawan niya ang hawak niyang maliit na paperbag na may laman sanang pasalubong—isang keychain na eroplano na hindi niya tuloy nabigay kanina.

"Denise..." mahina pero klaro ang boses ni Dennis. May bigat. May halong kaba. "...can I ask you... for a favor?"

Napakagat-labi si Denise. Hinaltak ng hangin ang buhok niyang nakalugay at parang sinabayan ng background music na "Huwag Ka Nang Umiyak."

"Huh? Favor? Favor? A-Ano 'yun?"

Huminga nang malalim si Dennis. Nakayuko muna bago muling tumingin sa kanya. May bakas ng pag-aalangan sa mata, pero tuloy ang salita.

"C-Can we see each other again?"

* * * * * * * * * * *

Para siyang sinampal ng hangin. Literal. Pero sa puso. Yung tipong whooooosh!!! tapos pak! sabay Aiiieee!

"Ha?! Ano 'yun ulit?" halos pabulong niyang tanong, parang hindi sigurado kung totoo ang narinig.

"Can we see each other again? I mean... not like this. Not accidentally. Not randomly. Yung tipong... talagang planado."

Si Denise, hindi makakibo. Napatingin sa paligid, baka may nakakarinig. Wala. Ang mundo nila ay tila bumagal. Ang paligid ay lumabo. Ang tanging malinaw ay ang titig ni Dennis—at ang pabulong nitong pag-asa.

Biglang kinabahan si Denise. Kinilig. Kinabog. Lahat-lahat na. Parang gusto niyang tumakbo palayo dahil baka hindi niya kayanin ang susunod na maririnig. Pero hindi rin siya makagalaw. Nakatayo lang, parang tinamaan ng love spell.

Napalunok si Denise. "D-Do you mean... like... hangout? Or... date?"

Hindi sumagot si Dennis. Ngumiti lang. Yung tipong matipid pero sincere. Yung ngiti na hindi mo pwedeng balewalain dahil may sinasabi kahit walang salita.

Episode 28

Deny Na No More – Sus, Aminin!

Nag-iinit pa rin ang pisngi ni Denise habang nakatayo sa harap ni Dennis sa madilim na bahagi ng sidewalk, isang hakbang na lang mula sa entrance ng kanilang building. Tumigil ang oras. Tila naglaho ang mga tunog ng sasakyan, mga taong nagmamadali, at mga ilaw ng syudad. Tanging tibok ng puso niya ang maririnig niya sa loob ng kanyang dibdib.

"C-Can we see each other again, Denise?"

Napapikit siya sandali. Para siyang binuhusan ng malamig na tubig. Nanginginig ang boses ni Dennis pero buo ang kanyang mga salita. Hindi ito basta tanong—may laman, may bigat. Parang... paanyaya sa isang bagay na matagal nang tinanggihan pero pilit bumabalik.

"A-Anong ibig mong sabihin?" tanong ni Denise, pilit na tinatago ang pagkalito at kilig sa tinig niya.

Huminga nang malalim si Dennis. Parang binabalanse niya ang lahat ng emosyon sa dibdib bago muling nagsalita.

"I-I want to see you again, Denise. Ayokong magkunwari. I don't want to deny it anymore... na masaya ako na muli tayong nagkita... at gusto ko sanang ituloy pa natin ito."

Magsasalita na sana si Denise pero agad siyang pinigilan ng lalaki.

"Wait, let me finish. Please hear me out first... okay?"

Tumango siya. Wala sa loob, parang nadarang sa titig ng lalaki. Kinakabahan siya pero hindi niya maintindihan kung dahil sa kaba, saya, o takot sa pwedeng mangyari.

"Noong nagkita tayo muli, I kept denying na... I'm happy to see you again. I tried to convince myself... wala na tayong dapat pag-usapan pa. Pero, as the days went by... I realized... niloloko ko lang ang sarili ko. In the end, inamin ko rin... na thankful ako... na nagkita tayo muli."

Tila bawat salitang binibitawan ni Dennis ay may kasamang kirot. Hindi ito basta-basta. Hindi ito larong biro.

"And today, with the prospect of not seeing you again... it suddenly hit me... I still want to see you. I don't want... whatever we have right now... to end. Not yet!"

Napalunok si Denise. Nangingilid na ang luha sa gilid ng mga mata niya pero pinigilan niyang tumulo. Hindi puwedeng umiyak. Hindi ngayon.

"P-Pero... may asawa ka na..." mahina niyang sabi.

"Please, Denise... just hear me out... please?" pagsusumamo ni Dennis, halos pabulong.

At iyon na nga. Tumango siya. Wala na siyang lakas para tumutol.

* * * * * * * * * * *

"I'm not asking for anything other than companionship," ani Dennis habang pinapahid ng palad ang batok, tila nahihiya. "I... I know I'm married... at ikaw ay ikakasal na rin... and that we are happy with our own lives already. Wala akong balak baguhin o sirain ito. Ang gusto ko lang ay maging magkaibigan muli tayo... tulad lang ng dati?"

Napangiti si Denise, kahit papaano. Tulad ng dati... pero paano kung hindi na siya tulad ng dati?

"I miss you... I miss your company. 'Yung joke mo, 'yung tawa mo, kakulitan mo... katakawan mo... I miss it all! Call me crazy or whatever... pero, gusto ko lang ma-experience lahat ang mga ito... again, with you."

Bumilis ang tibok ng puso ni Denise. Pakiramdam niya ay para siyang high school student na tinanong kung gusto pa niyang lumabas para mag-ice cream.

"Parang katulad lang ng dati... kakain tayo sa labas, magkukwentuhan, magkukulitan... mag-aasaran. Ganun lang... walang commitment, walang expectations... nothing more. K-Kahit hanggang ikasal ka lang... that's all I ask. If at any time, you feel uncomfortable, you can end it at wala kang maririnig sa akin. I just really want to see you... talk to you... and be with you again. Pwede ba, Denise?"

* * * * * * * * * *

Saglit siyang natahimik. Parang nawala ang hangin sa paligid. Parang siya lang at si Dennis ang natitira sa buong mundo. Naririnig niya ang puso niya, ang damdaming pilit niyang tinatago, at ang alaalang matagal na niyang isinara—ngunit hindi pala lubusang nakalimutan.

Kung may reserbasyon pa si Denise, tuluyan na itong naglaho sa pagsusumamong iyon. Sa totoo lang, matagal na siyang gustong bumalik sa pagiging 'sila' kahit walang label, kahit panandalian lang.

"O-Oo," mahinang sagot niya.

Pero sapat na iyon para magliwanag ang buong mukha ni Dennis. Parang binigyan siya ng bagong buhay. At kahit alam nilang mahirap ang daan, may mga bawal at may mga hangganan—ang pagkakataong ito, ang muling pagkikita nila, ay isang bagay na parehong hindi nila kayang bitawan.

At sa sandaling iyon, alam nilang pareho silang lumalakad sa gilid ng delikadong linya. Pero sa puso nilang dalawa, walang mas malinaw kaysa sa simpleng katotohanan: gusto pa rin nila ang isa't isa.

((((((((O))))))))

Nagulat si Denise nang may narinig siyang tumatawag sa kanya. Katatapos lang ng last subject niya at uwing-uwi na ito. Medyo na-stress siya sa professor nila at gusto na niyang makauwi.

"Denise! Denise!"

"Huh? Dennis, anong ginagawa mo dito?"

"Wala lang... hinihintay ka lang."

"Hinihintay? Baket? Mangungutang ka ba? Wala akong pera! Hi! Hi! Hi!"

"Haaiisss! Grabe ka naman. Porke ba pinuntahan kita... mangungutang na ako?"

"Hi! Hi! Hi! Joke lang! Ikaw naman, masyadong... matampuhin! O, hale, bakit ka naandito at bakit wala yung tatlo mong buntot, pati na si Mary?"

"As usual, nanonood na naman ng sine. Nagdududa na nga ako dun sa apat. Alin sa dalawa... boyfriend ni Mary yung tatlo... o lalaki din si Mary!"

"Hi! Hi! Hi! Salbahe ka... isusumbong kita kay Mary!" panakot ni Denise.

"Naku, please -- h'wag! Please, maawa ka! Halos maga na nga ang likod ko at balikat kahahampas noon. Pati utak ko, parang sarsyado na. Please naman, Denise... have mercy!"

"Hi! Hi! Hi! Sige na nga... hindi na kita isusumbong. Kawawa ka naman! O, mabalik tayo sa simula, bakit naandito ka?"

"Wala lang! Masama bang dalawin ang 'Sweety Pie' ko?"

"Sweety Pie, mo... ako?"

"Huy, ano ka ba, sweety pie? Nakalimutan mo na ba agad ang tawagan nating dalawa? Diba 'tayo na?'"

Sandaling natigilan si Denise saka naalala. Biruan nga pala nila ang mga pabebeng tawag sa isa't isa. Ganoon pa man, kaysarap pakinggan na 'sila na' ni Dennis at sweety pie ang tawag nito sa kanya. Medyo nalungkot ito dahil lokohan lang ang lahat ng ito.

"Ayyy, Oo ng pala. Paano ko ba malilimutan 'yon... Honey Buns! Naku... na-touched naman ako at naalala mo akong bisitahin! Hi! Hi! Hi!"

"Tinawid ko pa ang walong dagat, walong bundok at kinalaban ang walong dragon para lang madalaw ka," tuloy drama si Dennis.

Nakisakay naman si Denise, "At ano naman ang dala mong handog para sa akin, mahal kong Honey Buns?"

"Háh? A, e... wala!"

Hinataw ng libro ni Denise ito sa balikat.

WHAP!!!

"A-Aray! A-Ano ba 'yan, Denise... para ka na ring si Mary a!"

"Haaiisss! E, kasi po... kuntodo drama ka pa d'yan, e... ni hopia wala kang dala!"

"Biro lang! Sinong may sabing... wala akong dala para sa Sweety Pie ko," sagot ni Dennis sabay may kinuha sa bulsa at iniabot sa dalaga.

Mabilis namang hinablot ito ni Denise.

"Wow! Chocolates... at imported pa! Totoo ba ito... o ginugoodtime mo na naman ako?"

"Ahhhiiiii! Ano ka ba naman, Denise -- syempre totoo 'yan, hawak mo na nga, e... at para sa iyo talaga ang mga 'yan!"

"T-Talaga?"

"Oo! Cross my heart... mamatay man si Mary! Ha! Ha! Ha! Joke lang! Pero, seryoso, Denise... para sa iyo talaga 'yan!"

Napatingin ang dalaga dito, "P-Pero... bakit?"

"Kasi mahal kita!" ang gustong bigkasin ni Dennis pero pinanghinaang sabihin. Sa halip ay dinaan na lang niya ito sa paramdam.

"K-Kasi... a-alam kong weakness mo yang dark chocolates. Kaya nung nakita ko... naalala kita... at binili ko... para sa iyo."

Naramdaman naman ni Denise ang kakaibang tono ng kaibigan. Napatingin ito at nagtama ang kanilang mga mata. Sa puntong ito ay gustung-gusto na ni Dennis na magtapat ng pag-ibig niya. Maging si Denise ay nararamdamang may nais itong ipahiwatig.

"B-Baka... baka magalit ang girlfriend mo... gawa nitong chocolates?"

Kung si Denise lang ang masusunod, tatanggapin agad nito ang pagmamahal ng binata kung sakaling magtapat ito sa kanya. Pero, alam niyang may girlfriend ito at ayaw niyang siya ang maging dahilan upang magkasira ang mga ito.

"Hah?" tila nagising na sagot ni Dennis. "H-Hindi... hindi naman. A, e... syempre... meron din 'yun... nauna na! Kung meron ka... lalong meron 'yon - doble pa!"

Nalungkot si Dennis. Bakit kasi hanggang ngayon ay hindi niya masabi sa kaibigan na hindi totoong may girlfriend na siya. Ayaw lang kasi niyang maalaska noon na wala pa siyang girlfriend kaya nagkunwari siyang meron na. Noong nakaaway at nakasagutan niya si Denise, lalo niyang pinanindigan na may girlfriend para hindi matukso dito. Pero ngayon ay sising-sisi na ito na ginawang pagkukunwari.

"Paano kung ipagtapat ko na kay Denise na wala akong girlfriend... at gusto ko siyang ligawan? Maniniwala kaya ito? Hindi kaya niya iisipin na... playboy ako at gusto ko lang siyang ibilang sa listahan ng mga naging girlfriend ko?"

Kumukuha ng magandang t'yempo si Dennis para makapagtapat sa dalaga. At ngayon nga ay handa na itong magtapat.

"Denise, hyphotesis lang ha... kunwari lang," hirit nito, "kung sakaling ligawan kita... anong isasagot mo sa akin?"

"Huh! Anong klaseng tanong 'yan?"

"Wala lang... trip ko lang! Curious lang ako, saka alam mo naman na may girlfriend na ako... so anong sagot mo?"

"Haaaiisss! Mali! Bakit ko pa ba naisingit yung kunwaring girlfriend ko?" pagalit ni Dennis sa sarili. "Nasira tuloy ang mood! Tanga! Tanga!"

"Mmmm... sa totoo lang... basted ka agad!" sagot ni Denise. Hi! Hi! Hi!"

"Ganon? Bakit naman?"

"W-Wala lang! Saka, sabi mo nga... hindi naman pwedeng mangyari 'yun... kaya h'wag mo nang itanong kung bakit."

Sa parte naman ni Denise, kahit may nararamdaman siyang espesyal na pagtangi kay Dennis, ayaw nitong mabansagan na mang-aagaw ng boyfriend o maging third wheel sa isang relasyon. Kung siya man ay magkakaroon ng boyfriend, hindi din niya nais na agawin ito ng ibang babae. Ang gusto nito ay makipag-break si Dennis sa girlfriend niya -- na hindi siya ang dahilan.

"P-Paano kung wala akong girlfriend?"

"Suuussss! Ikaw pa... walang girlfriend?!! Hi! Hi! Hi! Pagputi ng uwak... pag-itim ng tagak! E, bago ko pa lang kayo naging classmates, kalat na sa buong unibersidad natin na may girlfriend ka na... at dakilang playboy!!!"

Pinanghinaan nang loob si Dennis at hindi na itinuloy ang balak na pagtatapat.

((((((((O))))))))

Episode 29

Ang Sekretaryang May Elevator Access sa Penthouse

Umagang-umaga pa lang, punung-puno na ng energy si Dennis habang bitbit ang laptop bag niya sa lobby ng elegante at modernong gusali ng Lauchenco Realty building. Matagal-tagal na rin siyang pumapasok dito bilang freelance designer para sa isang digital marketing firm na tenant sa building. The usual day as before, pero ngayon may dagdag na excitement — dahil naandito na muli si Denise.

Five, seven, ten years? Gaano katagal na nga ba mula nung huling magkita sila. At ang universe, mukhang game na game silang paglapitin ulit. Pero syempre, may sari-sarili na silang mundo, technically walang relasyon although hindi sila officially naging mag-on. Walang closure. Walang drama. Basta... nawala lang sa eksena si Denise. Pero ngayon, andito na ulit siya — mas blooming, mas classy, pero... parang mysterious?

* * * * * * * * * *

Habang naghihintay ng elevator, nagulat siya nang dumating si Denise, naka-blazer na white, suot ang isang pastel blue na slacks at stiletto na parang pinulot mula sa cover ng fashion magazine. May hawak siyang leather folder at may idina-dial sa cellphone. Fresh na fresh and dating niya na parang hindi pinapawisan kahit mainit.

Pasimpleng nagtakip ng mukha si Dennis hanggang makalapit si Denise, sabay ginulat ito.

"Huli ka!!" bati ni Dennis.

"Dennis! Oh my gosh!" sagot ni Denise habang pilit tinatago ang kaba.

"Uy, na-hurt naman ang feelings ko. Pakiramdam ko ba, disappointed kang makita ako. Nire-regret mo na ba yung pag-agree mo sa request ko na...kitakits tayo lagi?

Pasimpleng tumingin si Denise sa paligid. Nakahinga siya ng maluwag ng walang makitang kakilala sa paligid.

Nakabawi na rin siya sa pagkagulat at nagbiro, "Huy, ano ka ba? Anong sinasabi mong regret? Baliw ka ba — syempre hindi! Nagulat lang ako — bakit masama bang magulat kapag nakakita ako ng isang super handsome, super yummy guy?"

"Haaay, salamat! Faith in humanity restored," banat naman ni Dennis.

* * * * * * * * * * *

Sakto namang dumating na ang elevator. Tumunog ang ding, at bumukas ang pintuan. Sumakay silang dalawa. Pinindot ni Dennis ang floor kung saan siya bababa at nagtanong.

"Anong floor mo, Denise, yung bang sa dati ulit?"

Kasalukuyang may kausap si Denise sa phone at hindi narinig ang tanong. Nagulat si Dennis nang inilabas ni Denise ang isang black and gold access card at sinwipe ito.

"Penthouse?" tanong ni Dennis habang napapataas ang kilay. "Aba, sosyal! May meeting ka ba sa presidente? Haha!"

Halos mabilaukan si Denise. Napakagat siya sa labi at pilit na ngumiti.

"A-Ah! Oo... este, hindi! I mean... oo, may kailangan lang akong i-deliver na file... confidential file... kay Big Boss. Ako kasi 'yung inutusan ng secretary niya... err... ng secretary ng secretary niya!"

Napakurap si Dennis.

"Ahhh, ganun ba? Ang galing mo talaga! Masipag! Talagang sekretaring-sekretary ang dating ."

Ngumiti lang si Denise habang panay ang pindot sa elevator button na parang gusto na niyang bumaba agad. Dumating sila sa floor ni Dennis at lumabas na ito sabay paalam kay Denise.

"Dito na lang ako, ha? Baka ma-late ka sa meeting mo! See you later!"

Bago pa nakasagot si Denise ay sumara na ang elevator.

"Grabe... parang siya 'yung boss?" bulong ni Dennis habang natatawa.

* * * * * * * * * * *

Sa penthouse, halos mag-somersault si Denise sa hallway para lang makaiwas sa CCTV. Pero parang minamalas talaga siya sa araw na ito — sakto kasing palabas si Sir Manalo, isa sa mga board directors ng kompanya. Ang problema, kasabay nito ang tsismosang food staff ng canteen.

"Oh, Ms. Lauchengco! You're early," bati ni Sir Manalo. "Meeting with the Korean investors, right?"

Muntik na siyang mapasigaw.

"Sir Manalo! Good morning po! Actually, may... may dinala lang po akong kape para sa guard sa lobby. At saka para magpa-aircon. Mainit po kasi sa baba. Ha-ha-ha..."

Tumaas ang kilay ng matandang board member. Samantala, disappointed na umalis ang tsismosang staff.

"Sheesh! Penthouse ngang naturingan, wala namang tsismis na makuha dito...masyadong boring!! sabi nito sa sarili.

Napakamot sa noo si Denise.

"Ehehe... perks po ng pagiging... ehem, close sa building management? Sir, I really have to run. You know... files to review, coffee to deliver, uh... elevators to dodge! Bye po!"

* * * * * * * * * * *

Tumakbo siya papasok ng opisina niya, agad isinara ang pinto. Pagkapasok, napasandal siya sa pintuan.

"Haaiisst! Ayan na naman! Isang wrong timing pa, babagsak lahat ng sikreto ko!"

Sa baba, habang nagkakape sa canteen, napa-kwento si Dennis sa ka-co-consultants niya.

"Alam mo, ibang klase talaga yung kaibigang kong si Denise. Kahit secretary lang, grabe kung makagalaw! Talagang dedicated. At may access pa sa penthouse, ha! Baka future VP na 'yon. Nakakatuwa."

Hindi lang niya alam, si Denise... ang CEO, President, building owner, at boss ng lahat.

Episode 30

May I-dedeliver Lang Po Ako Sa Accounting"

Kung akala ni Denise ay tapos na ang problema niya sa araw na iyon, nagkakamali siya.

Simula pa lang ito, promise!

Mainit-init pa ang kape ni Dennis habang naglalakad siya sa hallway ng 16th floor, suot ang kanyang favorite na black hoodie kahit alam niyang may aircon sa buong building. Wala lang — trip niya. Tapos, may headset pa siya sa leeg at hawak ang tumbler na may sticker ng "I'd Rather Be Sleeping."

Napadaan siya sa isang parang accounting department.

"Hmmm, Ang laki ng department na ito, a!" nasabi niya sa sarili. Ang hindi alam ni Dennis ay ito ang accounting department nina Denise.Naka-hiwalay ito sa main office ng Lauchenco Realty Company.

Habang dumadaan siya, biglang napahinto si Dennis nang marinig ang pamilyar na boses na tila may ina-asikaso.

"Make sure ha, ilagay n'yo sa updated ledger. Tapos 'yung OR, ipa-attach mo na rin kay Nelly. Deadline natin kay BIR is next week."

"Copy po, Ma'am Deni—" ACHOOO! sabay bahing ng empleyado.

Napatingin si Dennis sa bukas na pinto at natanaw si Denise — may hawak na brown envelope, nakaipit ang cellphone sa tenga, habang nag mumulti-tasking. Bigla din itong napatingin sa direksyon niya. Nag-panic si Denise na parang batang nahuling dumudukot ng chocolate sa ref.

"Uy, Dennis! A-Andito ka pala!" biglang bawi ni Denise, sabay takbo palabas ng accounting.

"Uy, mukhang busy ka" biro ni Dennis. "Para yatang pinagagalitan mo ang buong accounting team dun sa loob!"

"Ha-ha-ha! Grabe ka, Dennis," pilit na tawa ni Denise habang pinipigilan ang panic attack niya. "Ako lang naman kasi ang inutusan ng boss ko mag-abot ng documents. Wala kasi 'yung regular na messenger, so ako na lang."

"Hmm. Ikaw na ang all-around. Secretary, messenger, boss babe," asar ni Dennis habang ngumiti nang malagkit.

"Haaiisst, you're not way off" napabulong si Denise habang pinipilit siyang ilayo. "Tara na, medyo gutom na ako...punta tayo sa sa canteen. May bagong delivery na ensaymada, baka maubusan tayo!"

Pero habang palabas sila, biglang lumitaw si Sir Baltazar — Finance Head. At syempre, hindi niya alam ang bagong "undercover secretary identity" ni Denise.

"Ma'am CEO, may—" sabay napahinto ng pandilatan siya ni Denise. Napansin din niya si Dennis kaya lalo itong nawindang.

"Ah... ma'am... CEOng... eh este... SEE you... later! Hehe!"

Napasinghap si Denise. Napakapit kay Dennis.

"Naku, ang cute naman ni Sir Baltazar, laging may wordplay. Haha! Tara na nga, baka sumakit pa 'yung ulo mo dito sa accounting!"

Habang lumalayo sila sa opisina, napatingin si Dennis kay Denise na parang may hindi siya maintindihan.

"Say-yo... CEO... hmm," bulong niya. "Baka nga... may tinatago ka, Ms. Secretary."

"Ha?" tanong ni Denise, sabay sapit sa braso niya. "Wala! Ano ka ba. Gutom lang 'yan."

Pero habang naglalakad sila palayo, si Denise ay nagpapawis kahit malamig ang hallway. Pinapawisan ng malamig... at ng pinipilit na itagong sikreto.

Episode 31

Wala Po Ako Sa Listahan

Nang sumunod na araw, maaga pa lang ay nasa lobby na si Denise, naka-business attire na akala mo'y pupunta sa Senate hearing—navy blue power suit, killer heels, at signature handbag na alam mong hindi basta-basta nabili sa department store. Pero kahit ganoon ang dating, panay ang silip niya sa paligid. Sa sobrang conscious, muntik na siyang mabangga ng janitor na may dalang mop.

"Sorry po, Manong!" bulalas niya.

"Okay lang, Ma'am CEO...," sagot ng janitor.

"Shhh! Not a word. Wag kang maingay," bulong ni Denise sabay ngiti.

Papasok na sana siya sa regular elevator—dahil ayaw na naman niyang magpakitang-gilas gamit ang exclusive penthouse lift—nang biglang...

"Tara, sabay na tayo!" sigaw ni Dennis mula sa likuran.

Napalingon si Denise.

"Ayy! Ikaw pala! Akala ko si—uhmm... si building inspector. Hihihi!"

"Inspector naman ngayon? Hahaha! Hindi ah. May meeting lang ako sa third floor. Kasama ko pala dapat si Ma'am Clarisse, kaso absent. Kaya ako na lang magpi-pitch sa client. Solo flight!"

"Wow, good luck! Kaya mo 'yan!" ani Denise habang palihim na kinukuha ang phone niya, may tini-text:

Sabihan si guard huwag akong i-announce kahit may VIP alert sa system. Emergency mode. ASAP. — D

Sumakay sila ng elevator. Habang umaakyat, napansin ni Dennis ang ID badge na nakaklip sa blazer ni Denise.

"Uy, bakit wala kang department sa ID mo?" tanong niya habang nakatitig sa badge. "Usually may 'HR', 'Admin', 'Marketing'—ikaw blanko?"

"Ahhh, ano kasi... bago pa lang 'tong ID ko. Pinalitan kasi ng boss ko, parang... test ID lang muna. Alam mo naman dito, ang hilig sa protocol. Hehe..."

"Ganon ba? O baka naman top secret ka talaga dito?" biro ni Dennis.

"Ha-Ha-Ha. Kung top secret ako, hindi na ako magpapakita sa accounting, noh!" sabay halakhak ni Denise, pilit na tinatawa-tawa kahit halatang kinakabahan.

Pagbukas ng elevator, isang security scanner ang bumungad. Dahil may security alert na naka-flag sa system sa pagdating ni Denise, automatic na lumabas ang notification sa screen: "Welcome, Ms. Lauchengco – CEO Access Confirmed."

Nagulat si Dennis.

"Uy... narinig mo 'yon? Parang pangalan mo 'yun ah? Lauchengco?"

"Ay! Naku, ano ka ba?! Common ang apelyido natin dito. Excuse me, ang dami yatang Lauchengco, noh? Lauchengco building 'to diba? May isa pa diyan sa admin at saka dun pa na pareho ng apelyido natin. Huwag mo na lang pansinin. Hehe!"

Biglang dumating si Mr. Yulo, ang senior board director, galing penthouse. Pagkakita kay Denise, napataas ang kilay nito.

"Ma'am Denise! Akala ko ba you were working from your—"

Mabilis na pumwesto si Denise sa harapan ni Dennis, pinandilatan at sabay na tinapik si Mr. Yulo.

"Nagdi-deliver lang po ako ng reports sa HR. Pinadala ako ni Sir. Confidential po. Huwag niyo na pong alalahanin!"

Napatingin si Mr. Yulo kay Dennis na nakangiti pa rin.

"Ahh... I see. Well, good day sa inyo," sabay alis ng matandang board director, litong-lito.

"Parang... kilala ka nung matanda?" tanong ni Dennis habang pinipigilan ang tawa.

"Ha-Ha-Ha! Feeling lang niya 'yon. Alam mo naman, minsan 'pag matanda na, parang may memory glitch. Hihihi!"

Naglakad silang dalawa palabas ng hallway. Sa likod nila, tahimik na huminga nang malalim si Denise. Muntik na naman! Isang hakbang na lang ay mabubuko na siya.

At habang nakatalikod si Dennis, pasimpleng tinanggal ni Denise ang high heels at naglakad ng nakatsinelas para 'di marinig ng empleyado sa HR ang mga signature-clicks ng sapatos niya. Nakasalubong pa nila ang isang bagong empleyado.

"Good morning po, Ma'am—"

"Hindi po ako ma'am. Ate lang po. Sekretarya po ako ni Sir Alfredo. Papunta lang ako sa pantry," sabay pakita ng dala-dalang envelope at plastic fork.

"Ah... okay po," sagot ng empleyado na halatang naguguluhan.

* * * * * * * * * * *

Pagbalik nila sa lobby, hinabol pa siya ni Manong Boy.

"Ma'am! Naiwan niyo 'yung tablet ninyo sa pent—"

"Hindi po akin 'yan! Kay boss 'yan! Ako lang ang pinagdala niya!" sigaw ni Denise habang palayong kumarimpas ng takbo si Manong Boy sa takot.

"Ang galing mo talaga," sabi ni Dennis. "Kahit secretary ka, parang may sarili kang mundo dito."

"Haaiisst! Naku, wish ko lang talaga may sariling mundo ako," sagot ni Denise, habang pilit na pinapakalma ang kabog ng dibdib. "Pero sa ngayon, sapat na ang hindi mo malaman ang sekreto ko."

Episode 32

Coffee, Confusion At Ang Conference Room na Bawal Pumasok

Maagang dumating si Dennis sa building, bitbit ang lap-top at isang travel mug ng kapeng siya mismo ang nag-brew. May presentation kasi siya ngayon for a client pitch, at dahil "tipid mode," hindi na siya nag-Starbucks. Pagdaan niya sa lobby, nakita agad niya si Denise—suot ang corporate dress pero may dala-dalang tray ng kape. Tatlong baso ng mamahaling brand, yung usually naka-cater sa executive board.

"Uy, good morning!" bati ni Dennis, habang binibilisan ang hakbang palapit.

Napapitlag si Denise. "A-Ay! Good morning din! Nandito ka na pala agad?"

"Siyempre! Early bird catches the deal, 'ika nga," sagot ni Dennis habang sinisipat ang hawak ni Denise. "Wow ha, mukhang pang-board meeting ang mga kape mo ah! Pwedeng patikim?"

"H-Ha? A-Ano... hindi pwede 'to sa 'yo... este, I mean, specific order kasi 'to ng boss ko. Alam mo na, maarte yung palate," sabay tawa ni Denise, trying hard to keep it casual.

"Big boss na naman? Talagang boy... este, girl Friday ka ng presidente ah," biro ni Dennis.

"Oo naman!" sagot ni Denise, pilit na tumatawa. "Kahit magtimpla ng kape, push! Secretary duties never stop!"

Biglang lumabas mula sa isang side hallway si Mr. Yumul—isang board director, at isa sa pinakamatagal na empleyado ng kumpanya. Matagal nang loyal kay Denise. Pagkakita niya sa dalaga, agad itong bumati.

"Ma'am—"

Agad naman siyang pinangdilatan ni Denise sabay iling ng ulo. Sa gulat nito ay bigla itong inubo.

“Uhm, ahem–Denise! Nandiyan ka pala. Na-meeting ko na ‘yung ibang mga–uhm–bosses.”

Ngumiti lang si Denise sabay nilampasan si Mr. Yumul.

Si Dennis, medyo nakakunot-noo. “Parang... tinawag kang Ma’am?”

“Ha? Hindi! Joker lang yun at nangti-trip lang,” sabay turo kung saan-saan. “Ewan ko nga ba, kung sino yung Sir na yun!”

“Mukhang kilala ka ng mga tao dito, ha. Sikat ka ba talaga?” tukso ni Dennis.

“Ehem! Syempre ah! Friendly talaga ako. Tsaka... minsan kasi, ‘pag ako yung nagde-deliver ng documents, napagkakamalan akong HR o kaya manager. Feeling lang nila ‘yon,” sabay taas ng kilay ni Denise, nagbabakasakaling ibahin na ang usapan.

Biglang bumukas ang pinto ng executive boardroom at sumilip ang isa pang empleyado. “Ms. Lauchengco, andito na po ang–Ayayayay!”

Pinandilatan ulit ito ni Denise.

Bigla itong napaluhod at pakunwaring may na-pick up sa sahig. “Sorry po! May nahulog po akong paperclip!”

“Bakit parang lahat ng empleyado dito, laging may ubo, allergy, or nahuhulog?”

“Hala ka! Baka may kumakalat na virus! Lumayo ka muna sa akin!” sabay hawak ni Denise sa braso ni Dennis, pilit siyang inaakay papunta sa ibang corridor.

“Hala! Iba talaga ang alaga ng ‘boss mo’ noh? From errands to personal bodyguard,” biro ni Dennis, habang napapailing.

Pero sa totoo lang, unti-unting nagdududa na rin siya. Hindi niya alam kung bakit parang may tinatago si Denise—pero hindi pa rin niya makumpirma.

Sa kabilang banda, si Denise ay halos maubusan na ng excuses. Hindi niya alam kung hanggang kailan niya kayang ilihim ang katotohanan. Pero sa ngayon... game pa rin siya sa “tago-mode.”

Episode 33

Parking Pass, Panic Mode at ang Secret CEO Sticker

Maagang dumating si Dennis sa building, dala ang kan-yang motor at bagong linis na helmet. Habang pababa siya sa basement parking, napansin niyang may isa pang sasakyang papasok—isang matte black luxury SUV na may personalized plate: DML-888.

"Wow... siguradong bigatin ang may-ari niyan ah," bulong niya habang kinukumpirma sa guard kung saan puwedeng pumarada ang mga freelancer na tulad niya.

Sa kabilang banda, sa loob ng SUV, si Denise ay naka-dark sunglasses, naka-low bun, at may hawak na iced Americano na parang artista lang.

"Okay, chill lang. Hindi ka pwedeng mabuking. I-park mo lang, tapos blend in. Normal ka lang. Secretary ka lang. No biggie," self-talk niya habang dahan-dahang pinaparada ang SUV sa kanyang reserved CEO parking slot na may sticker na "Executive Only – DML."

* * * * * * * * * * *

Pagkababa ni Denise, hindi niya inaasahang biglang naroon din si Dennis sa gilid ng elevator, nag-aayos ng jacket at nagche-check ng email sa phone.

"Oh shoot... Dennis?! Bakit nandito siya sa basement?" mahina niyang bulong.

Napatigil din si Dennis nang mapansin siya.

"Uy, Denise?! Wow, may pa-SUV ka na pala ngayon ah? Secretary with benefits? Hahaha!"

Napatawa siya pero halatang curious ang tono.

Si Denise, kahit nanginginig ang tuhod, ay mabilis na nag-improvise.

"Ay, hindi akin 'to! Ipina-drive lang ito sa akin ni boss. Dito ko na rin ipinark kasi nagpa-driver's license renewal siya today."

"Talaga? Aba, pinagmamaneho ka rin pala niya! Saan ka pa? Next time ako na lang magpa-secretary!" biro ni Dennis, sabay turo sa sticker ng sasakyan. "O ayan oh, 'Executive Only – DML'. Parang initials mo, ah?"

"Ha? Hahaha! Coincidence lang! Malay mo, 'Del Monte Logistics' pala yan!"

"Or... 'Denise Madrid Lauchengco'," sagot ni Dennis, sabay taas ng kilay.

"Uy, hindi lahat ng bagay tungkol sa'kin, noh! Ganyan kayo, mga lalake, assuming!" sabay irap niya, habang pilit na pinipigilan ang pagkatunaw ng utak.

Tumunog ang elevator. Ligtas siya—for now.

Ngunit bago pa sila makapasok, isang manager mula sa third floor ang biglang lumitaw, may hawak na folder at mukhang nagmamadali.

"Ma'am Denise, naiwan n'yo po 'yung—aray!"

Pasimple siyang binangga ni Denise at binulungan, "You dont know me!"

Sa gulat ng ng manager, kunyari'y may nakita sa sahig. "Sorry po, may... may coin lang akong nakita!"

Si Dennis naman ay halos matawa na. "Ang daming accident-prone dito sa building niyo, ah. Nahuhulog ang lahat ng bagay kapag nandiyan ka."

Si Denise, habang nangingiti-ngiti pero halos pawisan na sa kaba, ay tumugon, "Baka may gravity issue sa floor na 'to. Sumabay ka na nga sa'kin. Mahirap 'pag bumagsak pa 'yung elevator."

At sabay silang sumakay.

* * * * * * * * * *

Habang paakyat sila, napansin ni Dennis ang maliit na laminated ID card na naka-clip sa bag ni Denise. CEO IDENTIFICATION PASS. Pero bago pa niya ito mabasa nang buo, mabilis na pinagdikit ni Denise ang bag at tray ng coffee para matakpan ito.

Dennis squints. "Ano yung pass na yun?"

"Ha? Ito? Ah—wala 'to. Luma na 'to. Ginamit ko dati nung may Halloween costume party kami. CEO daw ako for a day. Haha! Parang role-playing, ganern."

"Costume party sa office? May pa-CEO? Mukhang fun dito sa kompanya niyo ah."

"Very fun! Sobrang fun, kaya nga andito pa rin ako!" sabay tawa ni Denise, kahit gustong-gusto na niyang mag-disappear tulad ng ghosting.

Pagbukas ng elevator sa third floor, mabilis siyang bumaba, sabay hila kay Dennis.

Pero habang naglalakad sila, napansin ni Dennis ang isang framed portrait sa hallway—group photo ng board of directors. At sa gitna nito... si Denise. Suot ang power suit. Nakangiti.

"Uy, teka lang... parang ikaw 'yun, ah!" sabay turo niya.

"Ay hindi! Parang lang! Lahat naman ng babae naka-blazer at naka-smile, eh, magkakamukha. Universal look na 'yan!" sagot ni Denise, sabay hila sa kanya palayo. "Come on! Baka malate ka pa sa client meeting mo!"

Sa loob ng isip ni Denise: "Haaiisst! Ilang beses pa ba 'to?! Next time, magpapakilalang janitress na lang ako!"

Pero sa loob ng isip ni Dennis: "Kung secretary lang siya... bakit parang mas marami pa siyang alam at access kesa sa building administrator?"

At sa magkabilang panig ng kwento nila—pareho silang may itinatagong lihim — ang sekretong pareho silang nahuhulog muli sa isa't isa.

At mas lalo lang gumugulo ang lahat.

Episode 34

Ang Patuloy Na Secret Identity

Sa isang mataong gusali sa puso ng Makati, palaging abala ang lobby ng Lauchengco Realty Holdings. Pero sa kabila ng kaliwa't kanang tao at walang humpay na elevators na bumubukas at sumasara, isang pares ng mata ang laging nagkakabanggaan—kay Dennis at kay Denise.

Hanggang ngayon ay hindi pa rin alam ni Dennis na si Denise, ang palaging nakangiting "secretary" na madalas niyang makasalubong sa basement, elevator, lobby at kung saan-saan pa, ay siyang tunay na may-ari ng buong gusali. Si Denise M. Lauchengco—CEO, President, bossing, big boss. Para kay Dennis, isa lang siyang mabait na super secretary na palaging may baon na coffee ng Starbucks at ensaymada.

Ang di inaasahang mga pagkikita nila, na noon ay awkward, ay unti-unting nauwi sa mga hindi unofficial lunch at dinner. At para kay Denise, bawat pagkakataon ay tila isang episode sa paborito niyang teleserye—nakakakilig, nakakatuwa, pero punong-puno ng tensyon.

* * * * * * * * * * *

"Grabe, twenty minutes na tayo dito sa kanto ng Ayala tapos wala pa ring taxi. Gusto mo sumama muna sa akin sa resto malapit dito? Libre ko. Friendly dinner lang," alok ni Dennis, sabay ngiti.

"Sure, bakit hindi. Nakakahiya naman tanggihan ang libre," sagot ni Denise sabay tawa. "Basta walang interview ha, baka i-feature mo ako sa vlog mo."

"Ano ka ba, hindi ako vlogger!" natatawang sagot ni Dennis. "Pero, pwede bang ituring itong episode ng college flashbacks?"

Pag-upo nila sa isang tahimik na Italian restaurant, bigla silang nabalot ng kwentuhan na para bang walang lumipas na panahon. Nagbalikan ang alaala ng UST days—si Dennis bilang Fine Arts student na laging late sa class pero favorite ng prof, at si Denise na cross-enrollee sa Fine Arts na seatmate ni Maria.

"Naalala mo ba nung sumama ka sa amin sa Quiapo tapos halos ma-stranded tayo dahil sa rally?"

"Ay oo! Si Allen pa 'yung sinigawan ng matandang vendor kasi akala raw niya journalist ng pulitika."

"Tapos ikaw, Dennis, ikaw 'yung nagpanggap na cameraman kahit wala kang dalang camera!"

"Sheesh! Oo nga! Aaminin ko, ginawa ko 'yun para makasama lang kayo ni Maria," inamin ni Dennis sabay tawa.

"Wow, smooth operator pala 'to," tukso ni Denise habang pinipigilan ang kilig.

"Pero ikaw, Denise, grabe, akala ko dati maarte ka. Mali pala ako, kasi nung naging close na tayo, napagtanto kong... mas maarte ka pa pala sa akala ko."

"Aiiieee! Gusto mo ng breadstick sa mata?" biro ni Denise sabay hampas ng tissue roll.

Pero sa likod ng tawanan, ramdam niya ang kabang kumakapit sa dibdib. Kung alam lang ni Dennis ang totoo... na siya ang may-ari ng gusaling pinagtatrabahuhan nila. Na hindi lang siya isang simpleng secretary.

* * * * * * * * * * *

Isang gabi, halos ala-una na ng madaling araw, nagkasabay silang lumabas ng gusali—pagod, gutom, at parehong nakatali sa kani-kaniyang deadlines. Walang ibang bukas kundi ang luma pero masarap na Mami house sa may tabi ng gasolinahan.

"Ang hirap magtrabaho ng sabay gutom," reklamo ni Dennis habang umuubo sa dami ng alikabok na hininga mula sa daan.

“Wait lang, ito o, hot towel. Galing sa bag ko, laging ready ang tita essentials.”

“Tita ka d’yan. Pero salamat. Galing mo talaga, Denise. Parang lagi kang prepared.”

“Secretary duties ‘yan, noh. Trained kami sa crisis management—kasama na riyan ang gutom sa dis-oras ng gabi.”

* * * * * * * * * * *

Habang hinihigop ang mainit na sabaw ng mami, napunta ang usapan sa trabaho.

“Alam mo, minsan naiisip ko... kung nagpatuloy akong mag-work as a regular artist, baka hanggang assistant lang ako. Hindi ko alam kung aabot pa ‘ko sa pagiging Art Director,” ani Dennis.

“Nope, I don’t believe it. You’re way too talented to be just like that. Grabe ka nga magconceptualize nung college eh. Remember ‘yung ad campaign poster mo para kay Prof. Tolentino?”

“Nakaka-praning nga ‘yon, pero thank you. Nakaka-miss ‘yung panahong hindi mo iniisip ang bills at deadlines.”

“Masarap din pala minsan ‘yung ganito, ‘yung simple lang. Walang pressure. Walang title. Walang expectations.”

Napatingin si Denise sa sabaw niya. Gusto niyang sumigaw, “Wala akong fiancé! At oo, ako ang may-ari ng gusaling ‘to!”

Pero pinili niyang manahimik.

* * * * * * * * * * *

Isang gabi ay bumuhos ang malakas na ulan. Tuluyan nang binaha ang labas at wala madaanan ang mga sasakyan. Kaya nauwi sila sa cafeteria sa loob ng gusali—tahimik, malamig, pero may libreng kape.

"Feeling ko parang college ulit. Yung tipong stranded ka sa building kasi may flash flood," ani Dennis habang ginuguhitan ng kutsara ang ibabaw ng gelatin.

"Exactly! Kulang na lang sleeping bag at marshmallows."

"Pero in fairness, hindi ko akalaing ganito kakwentuhan ka, Denise. Hindi halata. Tahimik ka kasi nun, eh."

"Nagpapanggap lang 'noh. Pero sa totoo lang, madaldal talaga ako. Actually, kaya ko magkwento ng buong magdamag."

"Aba, sige nga, bigyan mo ako ng top 3 most embarrassing moments mo."

"Haaiisst! Ikaw ha! Okay fine. Una: nahulog ako sa stage ng theater dahil sa heels. Pangalawa: kinagat ako ng aso habang naka-costume ng hotdog. Pangatlo: nasigawan ko 'yung CEO namin akala ko kasi maintenance lang siya."

Biglang natawa si Dennis. "Grabe ka! Pero wait... 'yung CEO? As in CEO?"

"Oo... akala ko kasi... basta! Huwag na natin pag-usapan yun."

****

Natahimik si Denise saglit, habang si Dennis ay busy sa pagpapatuloy ng kwento naman niya tungkol sa bigo niyang presentation pitch.

Sa gilid ng cafeteria, tahimik na nanonood ang ilang empleyado—kabilang ang janitress na si Ate Baby at ang HR na si Ms. Bea—halatang kabado. Halos buong staff na ang nakakaalam ng lihim ni Denise, at todo-iwas silang mabuking ni Dennis.

****

Sa bawat dinner nila, muli na namang nahuhulog ang kalooban ni Denise sa katukayo niya. Hindi lang dahil sa charm ni Dennis kundi sa comfort na nararamdaman niya kapag kasama ito. Hindi siya CEO tuwing kausap si Dennis. Isa lang siyang Denise—pala-kwento, kalog, totoo.

Pero habang lumalalim ang connection nila, lumalaki rin ang takot niya. Paano kung malaman ni Dennis ang totoo? Na niloko niya ito? Na nagsinungaling siya mula simula?

Na-imagine na ni Denise kung paano ito masasaktan. Lalo pa't si Dennis... kasal na. At siya... may imbento ring fiancé. Ugh. Ang gulo!

Ngayon, araw-araw siyang naghahanap ng perfect timing para sabihin ang lahat. Pero bawat pagkakataon, natatabunan ng takot at pag-aalinlangan.

Paano mo nga ba sasabihin sa isang taong mahal mo, na ang lahat ng inakala niyang totoo ay bahagi lang ng kwento mong ayaw mo na sanang tapusin?

Episode 35

Muntik Na Namang Mabuking

Sa ikaapat na "accidental-but-kinda-planned" nilang dinner, halos magkandautal si Denise sa pagdadahilan habang palihim na pinipigilan ang kabang baka mabuking na siya pala ang may-ari ng buong Lauchengco Realty building. Lahat ng empleyado ng Lauchenco Realty, halos nakatanggap na ng memo:

Huwag na huwag kayong magpapasaring tungkol sa real identity ni Miss Lauchengco, lalo na kapag may kasamang lalaking medyo gwapo, 5'10", may messy hair, digital artist, at may pagka-distracted ang aura.

Codename: 'D.

* * * * * * * * * * *

Martes ng gabi. Habang naglalakad si Dennis, bitbit ang laptop at isang maleta ng mga sketchpad, napadaan siya sa main reception area. Normally, sarado na ang lobby by 8PM. Pero that night, may "emergency" board meeting si Denise. At dahil todo acting siya bilang "ordinary secretary," naka-scrunchie, may hawak na folder, at naglalakad-lakad kunwari sa front desk para mag-check ng "deliveriesdahil naandoon si Dennis."

"Uy, Denise!" bungad ni Dennis nang makita siya, mukhang pagod pero game pa ring ngumiti. "Nag-overtime ka na naman?"

"Ay, oo eh," sagot ni Denise. "May pina-retype si Ma'am... deadline kasi."

"Grabe si Ma'am mo, hindi man lang nagpapahinga mga tao niya," sabay tawa ni Dennis. "Sino ba siya? Baka naman kilala ko?"

"Ha? Ay hindi, hindi mo kilala 'yun. Wala siyang Facebook! Ay, este, low profile siya."

Biglang may lumabas na janitor sa gilid. "Ma'am, naiwan po ninyo 'yung wine glass sa boardroom, niligpit ko na lang po—"

"Wine glass?!" gulat ni Dennis, sabay tingin kay Denise. "Boardroom? Part pa ba yun nang trabaho ng secretary?"

"Uhm... nagpa-party si Ma'am. Ako 'yung inutusan bumili ng wine, kaya ako rin 'yung nag-ayos. All-around ako dito."

Biglang dumaan ang isa sa mga guard, si Mang Isko, na ka-kampi ni Denise sa conspiracy. Pero sa kasamaang-palad, bago pa siya makabawi ng preno sa bibig niya—

"Ma'am Denise! Naiwan po yung bag n'yong Louis Vuitton sa opisina! Dinala ko na po sa kotse ninyo."

Napako ang ngiti ni Dennis. "Ma'am Denise?"

Si Denise naman ay parang napasma.

"Ahiiiii, nickname lang po 'yan dito sa office. Parang code name. You know, pang-spy trip lang."

"May LV ka? Kotse? Spy?" Halos tumawa si Dennis pero halata sa mata niya—nagko-connect na ang dots.

"Okay, seriously... secretary ka lang ba talaga dito?" kunot-noo na tanong niya.

"Ay! Alam mo, gutom na ako. Kumain na lang ulit tayo ng mami, noh?" sabay hila ni Denise sa braso niya, palayo sa lobby.

* * * * * * * * * * *

Sa Mami House na rin sila nauwi. Si Dennis, hindi pa rin makapaniwala. Si Denise, todo liko ng usapan. Pero kahit ilang beses siyang mag-joke, tila hindi na mabura ang kutob ni Dennis. Sa sobrang kabado, napakain siya ng extra egg, dalawang siopao, at isang litro ng kalamansi juice—lahat para lang hindi mapansin ang butil-butil na pawis sa noo niya.

Pagkauwi ni Denise sa condo, bagsak siya sa sofa. Hinagis ang bag sa isang tabi, tinanggal ang heels, at napahiyaw sa unan.

"Aiiieee!!! Malapit na akong mabuko! Haaiisst!"

Kinuha niya ang phone at tumitig sa screen. Binuksan ang notes app. Gumawa ng listahan.

To Do:

I-remind si Mang Isko sa Messenger.

I-burn ang wine glass.

I-deny lahat.

Pero habang tinititigan niya ang listahan, tila ba may kumurot sa puso niya.

Hindi na siya makatawa.

Napahawak siya sa pendant na bigay ng lola niya, sabay bulong.

"Lola, 'pag ako 'di pa nagsabi sa kanya this week, kulamin mo na 'ko."

* * * * * * * * * * *

Kinuha niya muli ang phone at tinawagan si Dennis.

"Hi. Can we meet tomorrow morning? May gusto lang akong sabihin sa iyo."

"Uhm, bukas ng umaga? Meron akong summit meeting na pupuntahan bukas ng umaga, pero dahil malakas ka sa akin, pwede kitang isingit Pero sandali lang tayo, ha?"

"That's great! Siguro pwedeng..."sagot ni Denise nang matigilan at medyo napaisip.

"Teka, teka muna. Gusto kong makausap ng masinsinan si Dennis, ayoko nung madalian lang."

Napansin ni Dennis ang pag-aalangan niya.

"Yung gusto mo ba...matagalan na tsikahan? Top secret ba ang pag-uusapan natin?

"Uhm! Kung pwede sana..."

"Ummm, paano nga ba dapat nating gawin," wika ni Dennis. Saglit itong nag isip bago nagliwanag ang mukha.

"Okay, may naisip ako. Kung okay lang sa iyo na hintayin ang pagbalik ko sa hapon, e di pwede tayong mag-usap ng hanggang gusto natin. Unli kwento hanggang magdamag. Ano, call ka ba dito?"

Si Denise naman ang napaisip.

"Sandali lang kaming makakapag-usap sa umaga, pero at least, tapos na ang lahat. But Dennis deserves a long explanation. I owe him that. (Sigh!) Feeling ko mas makakaganda kung sa gabi na lang kami mag-usap. That way I can explain everything better to him. I owe him that."

"Okay, settled na," masiya niyang sagot. "Bukas ng gabi sa Cafe downstairs."

"Yep. See you."

Pagkatapos ng pag-uusap nila ay napasalampak si Denise sa sahig habang nakatingin sa umiikot na ceiling fan.

"Palagay ko naman, tama yung naging desisyon ko. Mas mapag-uusapan namn ng husto ang lahat. At saka, ano naman ang pagkakaiba kung sa gabi ko siya kakausapin imbes na umaga. Hindi pa naman siguro magugunaw ang mundo. Joke lang. Hihihi!"

"Okay, Batman at Mang Isko. Bahala na kayong tulungan ako!"

Haaiist!

Unfortunately mali ang naging desisyon mo, Denise. Mas okay sana kung umaga mo kinausap si Dennis. BIG MISTAKE!

Episode 36

Bro, Long Time No See!

Mainit ang sikat ng araw sa labas ng grand ballroom ng isang kilalang hotel sa Ortigas, kung saan ginaganap ang taunang National Advertising & Design Summit. Sa loob ng venue, nagsisiksikan ang mga kilalang pangalan sa industriya—mga creative director, ad executives, marketing consultants, at graphic designers. Kabilang dito ang apat na magkakaibigan na matagal nang hindi nagkikita: Si Dennis, Allen, Vince, at Carlo.

Habang abala si Dennis sa pagtingin ng mga exhibit booth, biglang may humiyaw sa likuran niya.

"Bro, long time no see!!!"

Lumingon si Dennis at napanganga. Si Allen!

"Same to you, pare! Kamusta ka na?!" sigaw din ni Dennis habang tinapik nang mahigpit sa balikat ang kaibigan.

"Aba'y ako rin gusto kong itanong 'yan sa inyo!" biglang sabat ni Vince na may hawak pang iced coffee.

"Hoy, hoy, hoy! Kayo pala 'yan!" hirit naman ni Carlo na kalalabas lang mula sa isang lecture hall.

Parang eksena sa pelikula—nagkatinginan ang apat, nagyakapan na parang hindi na magkikita muli.

* * * * * * * * * * *

"Akalain mo, dito pa tayo nagkita-kita!" tawa ni Allen.

"We've been trying to get together for so long," sagot ni Dennis habang umiiling, "pero laging may conflict sa schedule. And then boom—eto na tayo... reunion na 'to!"

"Tricky world," ani Carlo, "pero small world just the same."

"Hye, hey, hey! This calls for a celebration!" ani Vince, habang itinataas ang hawak na kape na parang wine glass.

"Agree ako d'yan!" sabay-sabay na sagot ng tatlo.

"So, game tayo mamaya? After the convention, dun tayo sa dati nating tambayan. Yung may pa-buffalo wings tsaka bottomless iced tea!"

"Ayos! Saan pa ba kundi sa 'Reds'!" tawa ni Dennis.

"Kitakits, mga Bro! Let's finish our sessions and we'll regroup after. Ready na ako sa chikahan at tsismisan!"

* * * * * * * * * * *

Sa loob ng resto, anim na basket ng buffalo wings, apat na baso ng iced tea, at tatlong platito ng sisig ang nakalatag sa mesa. Tumatawa ang apat habang kinukuwento ang mga kalokohan noong college—mga crush, sablay sa thesis defense, hanggang sa muntikang ma-expel dahil sa prank kay Dean.

"Naalala n'yo si Prof. Calumpang? Yung napagkamalan nating model ng shampoo?" ani Vince habang pinipigilan ang tawa.

"Model ng shampoo tapos walang buhok?!" sabay-sabay na halakhakan.

Pagkatapos ng tawanan, unti-unting naging seryoso ang usapan. Napunta sa estado ng buhay nila ngayon—karera, pamilya, love life, o kakulangan nito.

Biglang bumwelta si Carlo.

"Bro, correct me if I'm mistaken... pero yung kasama mo dati sa café, nung nagkita tayo—yung medyo chinita na medyo awkward magsalita—yun ba yung childhood crush mo?"

Napangiti si Allen, tapos tumawa.

"Ha! Ha! Ha! Guilty as charged, bro. Oo, si Anne 'yon. Siya yung 'pers lab' ko... nung elementary pa lang ako!"

"What? As in, pers lab tapos nag-reconnect kayo?" gulat ni Vince.

"Yup! At grabe, pare, the moment I saw her again, parang nag-flashback lahat. Lahat ng feelings ko—boom—nandyan na uli!"

"Wow!" ani Carlo. "So... inamin mo na sa kanya?"

Tumango si Allen. "Oo. Pero hindi biglaan. Gusto ko muna siyang maging comfortable. Hindi rin kasi niya alam na ako yung younger brother ng classmate niya. Hindi siya aware noon. Kaya ayoko siyang gulatin."

Tumango si Dennis. "Relate ako d'yan. Remember si Denise? Yung mortal enemy ko dati, tapos naging kaibigan natin?"

"Denise?!" sigaw ni Vince. "How can we forget? Siya yung pinakamataray pero pinakamaganda! Lab na lab mo 'yun, bro. Teka, kamusta na siya? Single pa rin ba siya?"

Bumuntong-hininga si Dennis. "Dalaga pa... pero engaged na."

* * * * * * * * * *

Sabay-sabay silang napatingin sa kanya.

"Engaged?!" ani Allen. "Di nga? The last time I saw her, wala siyang binanggit."

"You've been in contact with her?" ani Carlo, nakakunot-noo.

"Nakakahiya mang sabihin, pero dahil kay Anne. Nirerentahan kasi nila yung property ng Lauchengco Realty. Gusto na kasi ng company na ibenta 'yun. E wala silang budget para lumipat, kaya lalayo na naman si Anne."

"So nilapitan mo si Denise?" ani Dennis.

"Yup. May calling card siya, kaya natawagan ko. At alam n'yo ba? Siya mismo ang tumulong. Siya kasi ang may-ari, so siya na ang nagdesisyon na ibenta na lang kina Anne."

"Wait, what?" napapikit si Dennis. "Bro, sorry pero... hindi siya ang may-ari. Secretary lang siya dun. Sabi niya sa'kin 'yan mismo."

Napakamot ng ulo si Allen. "No way, bro. Siya mismo ang kausap ko. And I still have her card."

Kinuha ni Allen ang wallet, binunot ang card, at iniabot kay Dennis.

"O eto, oh... basahin mo."

Nakasulat nang malinaw sa card:

Denise M. Lauchengco

CEO, President & Owner

Lauchengco Realty

Tumahimik si Dennis. Nanlamig ang palad. Ang lakas ng tibok ng puso niya habang tinititigan ang calling card.

* * * * * * * * * * *

Sa loob ng kotse, abot-tenga ang lamig ng aircon pero parang kumukulo pa rin ang dibdib ni Dennis. Hawak niya ang calling card habang paikot-ikot ang isip.

"Bakit niya ito itinago sa akin? Bakit niya sinabing secretary lang siya? May galit pa rin ba siya sa akin? Gusto ba niya akong ipahiya?"

Naalala niya ang mga araw na todo-kuwento siya kay Denise tungkol sa startup niyang design agency—kung paano niya ito sinimulan, kung gaano kahirap maghanap ng clients, kung paanong proud siya sa mga accomplishments niya kahit maliit pa lang ang business niya.

"Grabe, ang yabang ko pa man din. Akala ko impress na impress siya. Yun pala, ni wala sa kalingkingan ng empire niya ang business ko! Hmph!"

Nagsimula nang bumuo ng maling sapantaha sa isipan ni Dennis.

"So that's it, ha Denise? Gusto mong ipamukha sa akin kung sino talaga ang lamang. At hayaan akong magmakaawa sa'yo—sa harap mismo ng success mo? Hindi pwede. Hindi ako papayag na lokohin mo ako."

* * * * * * * * * * *

Ring... Ring... Ring...

"Huy, Dennis!" masiglang bati ni Denise. "Nasaan ka na? Nandito na ako sa Cafe. Daya mo, ha! Ikaw pa naman ang toka sa blowout! Hi! Hi! Hi!"

Tahimik si Dennis sa kabilang linya.

"Let's stop the crap, Denise." malamig at mariing sabi nito. "I don't want to play games with you anymore."

Napatawa si Denise, akala'y nagbibiro lang ang kausap.

"Wow, serious mode! O sige, anong drama natin ngayon? Gusto mo ng script? Pwede akong umarte!"

"STOP IT, DENISE!"

* * * * * * * * * * *

Natigilan si Denise. Narinig niya ang galit, ang lalim ng boses, at ang lamig sa tono. Hindi ito biro.

"A-Anong nangyari, Dennis? May problema ba?"

"Meron. At ikaw 'yon... Miss Denise Lauchengco—OWNER, CEO, PRESIDENT of Lauchengco Realty."

Napalunok si Denise.

"O, bakit tahimik ka na? Dahil ba nabuko ka na? Ang galing mo magkunwari, ha? Secretary lang daw? Akala mo hindi ko malalaman?"

"Dennis... please, let me explain..."

"Explain? At anong i-e-explain mo? Na nagsinungaling ka nang dire-diretso sa'kin? Na ginawa mo lang akong laruan sa 'power play' mo?!"

"Hindi ganon! May rason ako kung bakit ko itinago—"

"STOP IT, DENISE! Ayoko nang marinig ang mga kasinungalingan mo. Tama na. You win, okay? Gusto mo akong i-down? Mission accomplished. Pero please... let's not see each other again. Ever."

"Dennis, please—"

"Kung magkita man tayo, please pretend you don't know me. Dahil mula ngayon... tapos na ang lahat sa atin. Goodbye, Miss CEO and President."

Click.

Tumulo ang luha ni Denise habang hawak pa rin ang cellphone. Tahimik ang gabi, pero ang puso niya ay parang binibiyak.

Episode 37

Anong Nangyari?

Masungit ang langit ng umagang 'yon—makulimlim, pa-rang makikisimpatiya sa mabigat na dinadala ni Denise habang naglalakad papasok sa gusali ng Lauchengco Realty building. May suot siyang dark sunglasses kahit wala namang araw. Pero hindi ito fashion statement. Isa lang 'to sa maraming paraan niyang itinatago ang namumulang mata dahil sa puyat, pagod, at iyak.

"Good morning po, Ma'am Denise," bati ng receptionist na si Trina, na halatang napansin ang hindi pangkaraniwang hitsura ng kanyang boss.

"Hi, good morning," pilit niyang ngiti, sabay tuloy-tuloy lakad papunta sa elevator. Walang energy. Para siyang pinalambot na sinigang.

Aaminin niya—wala na siyang gana pumasok. Hindi dahil sa trabaho. Pero dahil sa... pagkawala ni Dennis.

Mula nang araw na 'yon—'yung araw na biglang naglaho si Dennis, na hindi man lang nagparamdam, wala nang kahit anong trace sa building. Hindi na siya bumalik sa opisina ng advertising agency kung saan siya pumapasok. Pati 'yung mga artworks niya, online na lang sinasubmit.

At hindi na rin siya tumatawag. Hindi nagpaparamdam. Parang... nawala. Parang multo. Na parang... siya 'yung multo.

"Haaiisst..." buntong-hininga ni Denise habang nakatingin sa LED panel ng elevator na pababa pa rin.

Iniisip niya kung kailan—kailan nga ba nagsimulang gumulo ang lahat? Ah, oo. Noong araw na 'yon. Noong araw na nagkita silang muli ni Dennis pagkatapos ng mahigit sa pitong taon.

Naaalala pa niya ang unang pagkikita nilang muli. Parang kahapon lang.

((((((((O))))))))

"ATSETSEEEE!!!"

Muntik nang mapatalon si Dennis sa gulat nang may isang babae — maganda at mukhang hindi niya kaklase — na biglang sumigaw sa tuwa nang makita siya.

"OMG, Dennis! Ikaw ba talaga 'yan?"

Parang nag-short circuit ang utak niya. "Sino ba 'tong magandang babae at bakit mukhang excited na excited siyang makita ako? Nagkakamali ba siya ng tao? Helper? Delivery guy? Mabilis na tumingin si Dennis sa paligid. Wala namang ibang tao rito. Oh no, baka isipin pa niyang magnanakaw ako?!"

Sumusulyap siya sa babae. Ang classy nito — ang tipo ng kagandahan na magdududa ka sa sarili mong halaga — kahit na may suot itong oversized sunglasses na tumatakip sa kalahati ng mukha nito.

"Wow, ikaw nga talaga!" sigaw niya ulit. "Naku, ang tagal na! Kamusta ka na?"

"Hoy! Seryoso? Hindi mo ako naaalala?" sabi niya, habang inaangat ang kanyang sunglasses at tinuturo ang sarili. "Denise... Denise Lauchengco. Kapangalan mo, remember?"

"Kilala ba kita?" sabi niya, nagpipilit ng biro para itago ang emosyon na gumagalaw sa loob niya. "Ikaw ba si Catriona Gray, ang Miss Universe natin? O baka si Wonder Woman mismo, si Gal Gadot?!"

Nagpanggap na nagtatampo si Denise.

"Hmmp! Dennis, ha... Nagsisimula na akong ma-offend dito!"

"Hahahaha! Denise — Denise Lauchengco in the flesh! Wooohh, siyempre, paano kita makakalimutan, I mean...," mabilis na nagpalit ng tono si Dennis, tinatakpan ito ng humor.

"Nagulat lang ako nung bigla kang humarang sa daan ko. Bigla ka lang lumitaw. Akala ko sandali... baka napagkamalan mo akong magnanakaw at isusumbong mo na ako!"

"Ngek! Mukha ba akong pulis sa'yo?"

"H-Hindi... sobrang ganda mo para doon... hanggang ngayon, kahit na...," sinubukan ni Dennis na pigilan ang lumalaking damdamin. "...uh, I mean, nasa Makati tayo, 'di ba? Naisip ko baka dito, kahit ang mga pulis ay mukhang hot babes. Ha! Ha! Ha!"

((((((((O))))))))

At doon nagsimula ang kanilang muling pagkikita. Ang muling pagkakaibigan. At ang muling pagkahulog.

Pero ngayon, wala na. Nawala na naman si Dennis sa buhay niya. At alam niyang kasalanan niya ito.

Tumunog ang elevator, nagising si Denise mula sa kanyang pag-iisip. Pumasok siya at pinindot ang button para sa 15th floor, kung nasaan ang kanyang opisina.

Pagdating sa opisina, sinalubong siya ng kanyang assistant na si Mimi.

"Good morning, Ma'am! May tatlong meetings po kayo today. First is with the marketing team at 10 AM, then lunch meeting with the investors, tapos 3 PM with the architects for the new project sa BGC," masigla nitong report.

"Thanks, Mimi," sagot ni Denise, habang papasok sa kanyang private office.

"Paki-cancel na lang 'yung lunch meeting. Sabihin mo may emergency ako."

"Ha? Pero Ma'am, 'yung investors po galing pa ng Singapore—"

"I know, I know. Pero hindi ko talaga kaya today. Pakisabi na lang, I'll reschedule. Next week."

Napabuntong-hininga si Mimi pero tumango na lang. "Sige po, Ma'am. Ah, pala, may nagpadala po nito para sa inyo."

Inabot ni Mimi ang isang brown envelope. Walang pangalan, walang return address.

"Sino nagpadala nito?" tanong ni Denise.

"Hindi ko po alam, Ma'am. Iniwan lang sa reception."

Kinuha ni Denise ang envelope at saka umupo sa kanyang swivel chair. Nang maka-alis si Mimi, binuksan niya ito.

Laman ng envelope ay isang sketch. Isang drawing ng dalawang tao—isang lalaki at isang babae—na nakaupo sa bench sa isang park. Magkahawak-kamay. Sa ibaba, may nakasulat: "What could have been."

Kilala niya ang art style. Si Dennis ang gumawa nito.

"Ano ba 'to?" bulong niya sa sarili. "Bakit mo pa pinapaasa ang puso ko?"

Inilagay niya ang drawing sa drawer ng kanyang desk at sinubukang mag-focus sa trabaho. Pero hindi niya magawa. Paulit-ulit na bumabalik sa isip niya ang mukha ni Dennis, ang ngiti nito, ang tawa nito.

****

Sa ikatlong sunod na linggo, tila naging multo na si Dennis sa buong Lauchengco Realty Holdings building. Kahit anong pilit ni Denise na magpakasipag, maging productive, at magpakabusy, hindi pa rin niya mapigilan ang sariling tumingin sa elevator tuwing may tumunog. Bawat tunog ng bell ay isang pag-asang si Dennis na ang lalabas. Pero laging ibang tao. Laging hindi siya.

"Haaiisst!" napapabuntong-hininga si Denise habang pinagmamasdan ang lumang coffee mug niya na may "Don't talk to me until I've had coffee" na nakalagay.

Ironically, kahit nakaapat na siyang kape kanina pa, wala pa rin siyang gana makipag-usap.

“Miss D, may ipapapirma po sa inyo si Sir Richard,” sabay abot ng folder ni Mimi, ang ever-loyal niyang assistant na may side gig bilang unofficial gossip queen ng opisina.

“Dito na lang,” sabay kuha ni Denise sa folder habang pilit na iniwas ang tingin sa monitor ng desktop niya. Andoon kasi ang picture na kinunan nila ni Dennis sa huling dinner nila sa cafeteria noong bumaha sa Makati. Medyo sabog ang buhok ni Dennis, pero hindi pa rin matatawaran ang cute factor niya.

“Bakit nga ba hindi niya agad sinabi ang totoo? Bakit siya umabot sa ganito kalaking gulo?”

“Ah, oo nga pala... kasi akala niya isang beses lang sila magkikita. Kasi inakala niya na si Dennis ay kasal na at wala na siyang lugar sa buhay nito. Kasi takot siyang magmukhang mayabang, o worse, magmukhang paasa.”

At ngayon, ayun—wala na siya.

Episode 38

One More Chance Again?

Nagising lang siya sa pagmumuni-muni nang biglang tu- munog ang cellphone niya.

Lumabas ang pangalan nito: Allen Manansala.

"Hello?" sagot niya habang binababa ang mug.

"Uy, Denise! Allen 'to," mahinang boses ang narinig niya, medyo pa-whisper. Parang may tinatago.

"Allen? Bakit ka tumatawag?" Napalingon siya sa paligid, instinctively na parang ayaw din niyang marinig ng iba.

"Uhm... sorry ah. Sorry talaga. Aaminin ko na ako yung nagchismis kay Dennis."

Napatigil si Denise. Napatayo siya bigla't napalingon sa blinds ng glass wall ng opisina niya.

"Wait, anong ibig mong sabihin—chismis?"

"Yung tungkol sa'yo. Na ikaw si 'Boss D' ng Lauchengco Realty."

Napapikit si Denise. Napasapo sa noo. "Oh my gulay, Allen. Bakit mo sinabi?!"

"Hindi ko sinasadya! Akala ko alam na niya. As in, nagtanong lang siya ng, 'Sino nga ulit yung may-ari ng building?' Eh ako naman tong walang preno, sagot agad: 'Si Denise!'"

"OH. MY. GOSH."

"Sorry talaga, Denise. I didn't mean to spill. I thought—"

"Hindi mo alam kung gaano ko pinaghirapan na hindi niya malaman agad. I was going to tell him. I was just... waiting for the right time. Tapos..."

"Naunahan lang kita."

Tahimik. Ilang segundo. Walang salita.

"Eh paano ko malalaman na secret pala 'yon?" biglang depensa ni Allen. "Akala ko nagre-reconnect na kayo as adults, tapos wala nang sikre-sikreto. Hindi ko naman alam na nagpanggap kang secretary."

Umupo ulit si Denise. Tulala. Walang kibo.

"Teka lang..." nagpatuloy si Allen. "Bakit nga ba hindi mo sinabi agad kay Dennis ang totoo?"

****

At doon nagsimula ang halos tatlumpung minutong kwento ni Denise. Kung paano sila unang nagkita ulit, kung paano siya nagpanggap na secretary lang kahit siya mismo ang big boss doon, CEO, president at may-ari ng buong building! Pati na kung paanong unti-unti silang naging close muli ni Dennis—pa-casual, pa-cute, pa-totohanan, kasama na ang pa-fake fiancé.

"Sabi mo daw may fiancé ka na?!" gulat na singit ni Allen.

"Eh kasi sinabi niyang kasal na siya!" balik ni Denise.

"What? Hindi siya kasal," sabi ni Allen na para bang nilamig ang boses. "Wala siyang asawa, Denise."

Biglang tumigil ang mundo ni Denise. Tila may nagtulak sa kanya sa bangin, pero ni hindi siya nagkaroon ng time sumigaw.

"ANOOO?"

"Single pa rin si Dennis. Sa totoo lang, siguro kaya siya nagsinungaling... kasi natatakot siyang aminin sayo na may feelings pa rin siya. Na baka ikaw ay naka totally moved on na, tapos siya naiwan sa alala ng 'what could have been' niyo noon."

Napahawak si Denise sa dibdib.

"Oh my gosh... Allen. Hindi ako engaged. Hindi ko boyfriend yung guy na nakita niya! Account Executive ko lang yun na nagkataon na kausap ko nung pumunta siya. Since na hurt ako na may wife na pala siya, nag-pretend din akong meron nang fiance. Ginawa ko lang 'yon para hindi niya mahalata na affected pa rin ako."

Tahimik. Si Allen naman ngayon ang hindi makapagsalita.

"Diyos ko..." bulong ni Denise. "We've both been lying."

"Parang teleserye 'no?" sabi ni Allen, pilit pinapatawa ang tono ng boses. "Pero ang difference, walang kontrabida. Kayo lang dalawa ang sablay."

Hindi makatawa si Denise. Hindi rin makaiyak. Parang gusto niya na lang mag-teleport sa bahay ni Dennis at sabunutan ang sarili sa harap nito.

"Hindi na siya pumapasok. Hindi na siya nagpapakita. According sa mga kaibigan niyang graphic artists dito, nagsu-submit na lang siya ng job niya online. There's no more chance na magkausap pa kami muli."

"Nope, you're wrong. There's still a chance," sabat ni Allen. "Ako ang bahala. Kakausapin ko siya. Ipapaliwanag ko ang lahat."

"Hindi ko alam kung may point pa, Allen," sagot niya. "Pero... salamat."

* * * * * * * * * * *

Pagkatapos ng tawag, hindi mapakali si Denise. Parang gusto niyang tumakbo palabas ng building at hanapin si Dennis. Pero saan niya sisimulan? Hindi niya alam kung saan ito nakatira ngayon.

"Ma'am," tawag ni Mimi mula sa pinto. "May meeting po kayo in 5 minutes."

"Ah, oo nga pala," sagot ni Denise, sabay tingin sa orasan. "Sige, I'll be there."

Pero habang naglalakad papunta sa conference room, hindi mapigilan ni Denise na isipin si Dennis. Kung nasaan siya ngayon, kung ano ang ginagawa niya, kung iniisip din kaya siya nito.

Naalala niya ang mga araw na nagkakasalubong sila sa elevator, sa cafeteria, sa lobby. Kung paano sila nagkukwentuhan tungkol sa mga pangyayari sa buhay nila sa loob ng pitong taong hindi sila nagkita. Kung paano sila nagtawanan sa mga jokes ni

Dennis, kung paano siya kinikilig sa mga simpleng compliments nito.

"Ang ganda ng smile mo today," sabi ni Dennis isang beses, nang magkasalubong sila sa cafeteria.

"Talaga ba? Eh ikaw, ang ganda ng drawing mo today," biro niya, sabay turo sa sketchpad na dala-dala nito.

"Ah, 'to? Wala 'to. Doodle lang."

"Patingin nga," hiling niya.

Ipinakita ni Dennis ang sketchpad. Isang drawing ng isang babae na nakatingin sa malayo, nakaupo sa bench sa isang park.

"Sino 'yan?" tanong niya.

"Secret," ngiti ni Dennis. "Basta, someone special."

Hindi niya alam noon, pero siya pala ang nasa drawing. Siya ang "someone special" na tinutukoy ni Dennis.

Flashback ulit: Yung 'almost caught' moment.

Ilang araw bago biglang naglaho si Dennis.

Pauwi na si Denise galing sa office, dala-dala ang laptop at isang folder. Dahil sira ang elevator, napilitan siyang bumaba mula 10th floor hanggang 2nd floor gamit ang hagdan.

Sa 3rd floor landing, may narinig siyang boses. Pamilyar.

"Whew! Ang bigat ng files. Sana may elevator na maayos bukas..."

Si Dennis?!

Napahinto si Denise. Saktong hawak niya ang company ID niya—yung totoo, na may "President & CEO" na title. Panic mode!

Napalingon si Dennis.

"Oh? Denise?"

Agad niyang itinago ang ID sa folder at ngumiti. "Uy! Anong ginagawa mo rito sa floor na 'to?"

"May meeting kami sa tenants' lounge. Kayo rin ba?"

"Uh... hindi. Nagshort cut lang ako. Daming tao sa baba eh."

Napatingin si Dennis sa folder niya.

"Uy, ano yang dala-dala mong folder, parang pang bigtime na inter-office memos ang laman, a!"

"Oh no. Not today, Satan!" hinaing ni Denise.

Bigla siyang natawa. "Ay oo, kasi pinaphotocopy lang sa baba eh. Galing sa Marketing. Alam mo naman, lahat ng departamento, interconnected. Haha!"

Napakunot-noo si Dennis pero ngumiti rin. "Hmm... okay..."

* * * * * * * * * *

Tapos may narinig silang "Ma'am Denise!" galing sa PA system.

"Ma'am Denise, pa-acknowledge lang po ng delivery."

"Ma'am Denise?"

"Ah! Ay nickname lang 'yan ng mga receptionist sa akin," palusot ni Denise. "Alam mo naman, matagal na ako rito, parang ate na nila ako."

"Ahh. Okay. Galing mo magdala ah," ani ni Dennis.

Barely survived!

Kapag naiisip ni Denise ang mga ganitong "almost caught moment" naiiling na lang siya.

"(Sigh!) Sana nasabi ko na sa kanya noon pa ang katotohanan. Siguro hindi dumating sa ganito ang sitwasyon namin."

Episode 39

Thank G, It's Friday

Pagkatapos ng meeting, bumalik si Denise sa kanyang opisina. Nakita niyang may bagong email mula sa advertising agency sa 10th floor. Tungkol sa bagong campaign para sa upcoming project ng kompanya.

Binuksan niya ang attachment. Isang series ng designs para sa billboards at print ads. At sa dulo ng presentation, may nakasulat: "Designs by Dennis Reyes."

Napangiti siya. Kahit papaano, nakikita pa rin niya ang trabaho ni Dennis. Kahit hindi na niya nakikita ang taong mismo.

"Ma'am," tawag ulit ni Mimi. "May tumawag po. Si Mr. Allen daw po."

"Sige, connect mo na," sagot niya.

"Hello, Allen?" bati niya pagkasagot ng telepono.

"Denise, nakausap ko na si Dennis," excited na sabi ni Allen.

"Talaga? Anong sabi niya?" tanong ni Denise, kinakabahan.

"Well, galit pa rin siya. Pero at least, nakausap ko na. Napaliwanag ko na ang lahat."

"Anong sabi niya?"

"Hindi ko masyadong maintindihan, eh. Parang confused pa rin siya. Pero sabi niya, kailangan niya raw ng time para mag-isip."

"Ah, ganun ba," sagot ni Denise, medyo disappointed. "Sige, salamat sa effort, Allen."

"Pero may good news ako!" dagdag ni Allen. "May event daw sa Friday sa advertising agency niyo. Anniversary celebration. Sabi niya susubukan daw niyang pumunta, pero hindi siya sigurado."

"Talaga?" Biglang sumigla ang boses ni Denise. "Sige, I'll make sure na andoon ako."

* * * * * * * * * *

Pagkababa ng telepono, agad na tinawag ni Denise si Mimi.

"Mimi, ano 'yung event sa Friday ng advertising agency sa 10th floor?"

"Ah, 'yung anniversary celebration po nila? 7 PM po sa function hall sa ground floor."

"Make sure na walang naka-schedule sa akin that night. I need to be there."

"Yes, Ma'am," sagot ni Mimi, medyo nagtataka pero hindi na nagtanong pa.

* * * * * * * * * *

Dumating ang Biyernes. Buong araw, hindi mapakali si Denise. Paulit-ulit siyang nagpapalit ng damit, nagme-make up, nagbabago ng hairstyle. Gusto niyang maging perfect ang lahat para sa gabing 'yon.

"Kalma lang, Denise," sabi niya sa sarili habang nakatingin sa salamin. "It's just Dennis. 'Yung Dennis na kilala mo noon pa. 'Yung Dennis na naging best friend mo bago naging...muntikan... na boyfriend mo."

Pero alam niyang hindi na ito 'yung Dennis na kilala niya noon. Pitong taon na ang nakalipas. Marami nang nagbago. Siya mismo, nagbago na rin.

* * * * * * * * * *

Alas-sais ng gabi, lumabas na si Denise sa kanyang opisina. Dahan-dahan siyang bumaba papunta sa function hall sa ground floor. Pagdating niya roon, marami nang tao. Employees ng advertising agency, clients, at iba pang bisita.

Hinanap niya si Dennis sa crowd. Hindi niya ito makita.

"Baka hindi pa dumating," bulong niya sa sarili.

Lumapit siya sa bar at umorder ng drink. Habang naghihintay, may lumapit sa kanya.

"Hi, Denise."

Napalingon siya. Si Allen.

"Allen! Buti naman andito ka," bati niya.

"Of course! Hindi ko naman palalampasin ang chance na makita ang grand reunion niyo ni Dennis," biro nito.

"Shhh! Wag kang maingay," saway niya. "Nakita mo na ba siya?"

"Hindi pa. Pero baka dumating 'yon. Isa siya sa main designers ng agency, eh."

Habang nagkukwentuhan sila ni Allen, hindi mapakali si Denise. Paulit-ulit siyang tumitingin sa entrance ng function hall, umaasang makikita si Dennis.

Pero dumaan ang isang oras, dalawang oras, at wala pa rin si Dennis.

"Mukhang hindi siya pupunta," bulong ni Denise kay Allen, halatang disappointed.

"Teka, tingnan ko muna," sabi ni Allen, sabay labas ng cellphone. "I'll try to call him."

* * * * * * * * * * *

Habang naghihintay kay Allen, napatingin si Denise sa labas ng function hall, sa lobby ng building. At doon, sa labas ng glass doors, nakita niya ang isang pamilyar na anyo.

Si Dennis.

Nakatayo ito sa labas, nakatingin sa loob, pero hindi pumapasok. Parang nag-aalangan.

"Allen!" tawag ni Denise. "Andoon siya! Sa labas!"

Pero bago pa man siya makakilos, nakita niyang umalis na si Dennis, naglalakad palayo sa building.

"Dennis!" sigaw niya, pero hindi siya narinig nito.

* * * * * * * * * * *

Nakatayo si Dennis sa sidewalk, ilang metro ang layo mula sa building. Hindi siya pumasok. Hindi pa siya handa. Hindi pa siya kumbinsido na dapat niyang kausapin si Denise. Masakit pa rin. Ang daming kasinungalingan. Ang daming pagkukunwari.

"Siguro hindi talaga para sa amin ang isa't isa," bulong niya sa sarili. "Siguro hanggang 'what could have been' na lang talaga kami."

Tumalikod siya at nagsimulang maglakad palayo. Pero bago pa siya makalayo, naramdaman niya ang isang pagyanig.

"Lumindol ba?" sabi niya, nagulat.

Tumigil siya at tumingin pabalik sa building na iniwan niya. Ang building kung saan naroon si Denise. Ang babaeng hindi niya nakalimutan. Ang babaeng hindi niya kayang kalimutan.

Episode 40

Lindol

Bigla na lamang huminto ang pag-uga ng lupa. Tahimik. Walang tunog. Parang sandaling tumigil ang mundo.

"Hala... guni-guni ko lang ba 'yon?" bulong ni Dennis sa sarili, habang nakatitig sa kawalan. Hindi niya sigurado kung totoo ang naramdaman niya—o baka epekto lang ng puyat, stress, at emosyon.

Tumigil siya sa tabi ng poste, nakiramdam sa paligid. Tumahimik ang hangin. Tahimik ang paligid. Wala nang kasunod.

"Haaiisst... baka hilo lang ako o kung ano," sambit niya, pilit isinasantabi ang tensyon sa dibdib. Hinilot-hilot pa niya ang sentido, umiling, at saka nagpatuloy sa paglalakad. Malalim na ang gabi, at wala na rin siyang balak bumalik.

* * * * * * * * * * *

Papunta siya ngayon sa pinakamalapit na bus stop, pasan ang bigat ng damdamin. Sa kabila ng dami ng tanong sa isip, isa lang ang paulit-ulit na bumabangga sa kanyang puso.

"Nagsasabi kaya ng totoo si Allen?" tanong niya sa sarili habang tinitingnan ang pagdaan ng mga sasakyan. *"O baka naman naloko rin siya ni Denise... pinaikot siya sa kwento niya?"*

Umiling na lang siya. Wala siyang sagot. Wala siyang lakas para mag-isip. Papalapit na ang bus, at tumigil ito sa tapat niya.

Itinaas niya ang kamay para sumakay. Habang paakyat siya sa bus, parang may humila sa kanyang damdamin. Lumingon siya sa direksyon ng Lauchengco building, ang tahanan ng napakaraming alaala—magaganda man o masakit.

"Paalam, Denise. Baka ito na talaga ang dulo natin."

* * * * * * * * * * *

Ngunit bago pa siya makapasok sa loob ng bus, biglang muling umuga ang lupa—mas malakas, mas marahas, mas nakakabingi!

"LINDOL?!" sigaw ng konduktor habang hawak ang hawakan.

Nawala sa balanse si Dennis, napaatras at napakapit sa gilid ng bus. Sumigaw ang mga tao. Nagtilian. May mga nagtakbuhan mula sa kalapit na establisyemento.

At isang tao lang ang sumigaw sa utak ni Dennis.

"SI DENISE!"

* * * * * * * * * * *

Sa kabilang banda ng siyudad, nalilito't nalulumbay si Denise habang pinagmamasdan ang selebrasyong dapat ay masaya. Lahat nagkakatuwaan, nagtatawanan, may kasamang inuman at masasarap na pagkain. Pero para sa kanya, para siyang multo sa sarili niyang event.

"Haaiisst... siguro nga galit pa rin siya," mahina niyang bulong sa sarili, habang tinatapik ang baso ng tubig na ni hindi niya nalasahan. "At hindi ko siya masisisi kung ganon."

Tumingin siya sa paligid. Si Allen? Wala. Ang ibang kaibigan? Nasa ibang table, busy sa kwentuhan. Siya? Wala sa lugar. Para siyang extra sa sariling pelikula. Lumunok siya ng laway para pigilan ang namumuong luha.

Naalala niya ang mahinang pagyanig kanina. Pero dahil sa pagkabigla sa pagdating—at pag-alis—ni Dennis, hindi niya gaanong pinansin. Para lang ba siyang paranoid? O may naramdaman talaga siya?

Tumayo siya mula sa kanyang mesa at tumingin sa paligid. Wala si Allen.

"Baka hinabol niya si Dennis..." mahina siyang tumawa pero walang saya. *"Haaiisst... ewan ko kung may silbi pa 'yon."*

Naglakad siya papalabas, balak nang umuwi. Pero bago pa siya makatawid ng hallway, muling lumindol—at mas malakas ito!

"Sheesh! Lindol 'to!" sigaw niya. Nakita niyang hindi pa aware ang karamihan sa bisita kaya mas malakas siyang sumigaw. "LINDOL! PEOPLE, EVERYBODY, SA MALAPIT NA EXIT AGAD PUMUNTA – DALIIIII!"

Nagkagulo. Nagkapanic. Basag dito, sigaw doon. Lahat gustong mauna. Ang iba'y natapon ang pagkain, ang iba'y napasadsad sa sahig sa pagtakbo. Pero si Denise, hindi nag-panic. Umiral ang likas na leadership.

"Staff! Dalawa dito sa left wing, dalawa sa right! Ihanda ang emergency lights, i-check ang seniors at kids!" sigaw niya.

Si Joseph, ang security guard, lumapit. "Ma'am, may tension wire na gumagalaw sa ceiling sa main hall! Delikado!"

"Okay! Akong bahala! Ikaw, siguraduhing clear ang left hallway! Dali!"

Tumakbo siya patungo sa hall. Nakita niyang tumatalbog ang isang tension wire mula sa kisame, may bahagyang spark. Tumataas-baba ito sa basang sahig na may tumapon pang inumin.

"Naku po! Kapag tumama 'yan sa sahig, yari kaming lahat—makukuryente kami!"

Walang inaksayang oras si Denise. Hinila ang isang makapal na rubberized carpet, inikot ito sa tumatalbog na wire. Tapos gamit ang mesa't silya, inipit niya ito.

"Ayan... sana kayanin nitong pigilan kahit sandali, hanggang makalabas na kaming lahat," bulong niya, habol-hininga.

Paglingon niya, nakita niyang wala nang natira sa loob. Lahat ng bisita'y nailabas na ng staff. Napabuntong-hininga siya, ramdam ang pagod. Tumakbo na rin siya patungo sa exit—

Ngunit kasabay niyon, biglang nagsimulang gumuho ang mga pader sa paligid niya.

“DENISE!!!” sigaw ni Dennis habang tumatakbo pabalik sa Lauchengco building. Habang binabalibag ng lindol ang lupa, parang wala siyang nararamdamang takot—ang mahalaga lang ay si Denise.

Pagdating niya sa tapat ng gusali, natigilan siya.

Halos kalahati ng Lauchengco building ay natabunan ng gumuhong gusali sa tabi nito. Usok, alikabok, at sirena ng mga sasakyan ang bumalot sa paligid.

“Diyos ko po... HINDIIIIII!!!” sigaw niya habang lumuluhod sa lupa, nanginginig at basang-basa ng pawis at alikabok.

Tumakbo siya papunta sa grupo ng tao sa di kalayuan. Mukhang galing sa party ang karamihan—may mga naka-formal pa, may mga may sugat.

Naghanap siya ng pamilyar na mukha.

“DENISE! DENISE!” sigaw niya.

Maya-maya, lumitaw si Allen, pawisan at halatang hingal na hingal.

“Bro! Buti ligtas ka!” ani niya habang lumapit. “Nasan si Denise? Kasama mo ba siya?”

“Pasensya na, bro... hindi ko siya kasama. Kanina pa ako lumabas para hanapin ka. Before I know it, may lindol na. Nagkagulo na lahat.”

“Ha?! Sheesh! Sa tingin mo, nakalabas kaya siya?”

“Hindi ko alam, bro. Pero karamihan ng tao dito, galing sa party—at wala siya rito. Narinig ko lang na siya raw ang nag-lead ng evacuation. Bumalik pa raw siya para kunin o ayusin ang kung ano. Simula nun... wala nang nakakita sa kanya.”

Bumagsak si Dennis sa lupa, hindi na napigilang umiyak. Basang-basa na ang pisngi niya ng pawis at luha. Pero hindi pa tapos ang laban.

Narinig niya ang sirena—mga bumbero, ambulansya, at pulis.

“Iligtas natin si Denise, Allen,” ani Dennis. “Kailangan natin siyang hanapin.”

"Ha? Bro... andiyan na ang mga rescuer, hindi mo ba naririnig?"

"Alam ko. Pero bago pa sila makagalaw, kukordonan pa nila 'tong lugar, mag-a-assess pa, magpa-plano. E alam mo na kung gaano katagal lahat ng 'yan. Baka huli na ang lahat para kay Denise."

Napailing si Allen. "Gets ko. Oo nga no. Baka nga bago pa sila magsimulang gumalaw... huli na ang lahat."

Nagkatitigan sila. Matagal.

"Delikado 'to, Allen. Handa ka ba—?"

"Bro! Si Denise 'tong pinag-uusapan natin!" ani Allen, tumatayo na. "Sa tingin mo ba papayag akong walang gawin? Kahit sino sa tropa natin, hindi magdadalawang-isip kahit buhay natin ang kapalit. Kaya tigilan mo na 'yang drama mo diyan at kumilos na tayo. Parating na ang mga nagreresponde, baka abutan pa nila tayo!"

Nagkatinginan ulit sila. May takot. May kaba. Pero higit sa lahat—may pag-aalala.

Tumakbo sila patungo sa gumuhong bahagi ng gusali. Hinila nila ang ilang debris. Naghanap ng butas. Paulit-ulit na tumawag ng pangalan.

"DENISE!!! DENISE!!!" halos sabay nilang paghiyaw.

Episode 41

Sa Gitna ng Lindol at Alaala

Bago pa man tuluyang makordon ng mga awtoridad ang buong lugar ay nakalapit na sina Dennis at Allen sa paligid ng Lauchengco Building. Singbilis ng kidlat ang kilos nila, palihim na umiwas sa mga pulis at rescue personnel, habang pilit hinahanap ang puwedeng pasukan sa gulo. Pareho silang hingal, pawisan, at takot sa maaaring madatnan.

Nagtago sila sa likod ng gusali—sa may loading dock kung saan may mga tambak na sirang furniture at sako ng buhangin. Doon sila lumugar, tahimik na nagmamasid.

Nanlumo sila nang makita ang lagay ng gusali.

"Grabe..." bulong ni Allen habang dahan-dahang napapaupo sa lupa. "Dennis... bro, tingnan mo..."

Ang buong first floor ng Lauchengco Building—tila nilamon ng lupa. Halos hindi na makita ang main entrance. Natabunan ng semento, graba, bakal at mga yupi-yuping bahagi ng kisame. Mukha itong sinakluban ng gumuhong bundok.

Bagama't mukhang hindi naapektuhan ang second floor at pataas, alam nilang may mga taong naiwan sa taas. Safe man sa structural integrity, sarado ang lahat ng hagdanan at daanan paibaba. Walang makalabas. Wala ring makapasok.

"Dennis, natabunan ng mga semento at graba ang paligid ng Lauchengco building. Paano kaya tayo makakapasok sa loob?" tanong ni Allen, habang kinukuyakoy ang paang nabalutan na ng alikabok.

Hindi sumagot si Dennis at nanatiling tahimik.

* * * * * * * * * * *

Ang buong atensyon ni Dennis ay nakatuon sa isang bahagi ng gusali—isang maliit, halos hindi pansining lagusan sa ilalim ng nakalaylay na bahagi ng back alley. Alam niya ito. Pamilyar sa kanya ang layout ng building dahil madalas niyang nililibot ang buong structure kapag naghahanap siya ng inspirasyon para sa mga bagong design concept.

"Dun sa parteng 'yon..." wika niya habang itinuro ang lugar. "May lumang tunnel diyan. Nakita ko 'yan sa blueprint. Sabi ng engineer na nakausap ko noon, dati raw 'yang imburnal na hindi na ginagamit. Closed system na. Pero pwede pa rin daanan. Dun ako dadaan."

Napakurap si Allen. "Anong?! Bro, sure ka ba diyan? Baka delikado..."

"Mas delikado kung hindi natin agad mahanap si Denise," sagot niya, panatag pero determinadong-determinadong ang tono.

Suminghot ng hangin si Allen. "Okay... okay. Good, at least may plano na tayo. Wait, dala mo ba cellphone mo?"

"Oo, bakit?" sagot ni Dennis.

"Tandaan mo, every ten minutes pagkatapos mong pumasok, i-ring mo phone ko. Kahit isang beses lang. Para alam kong buhay ka pa. Kapag lumagpas ng fifteen minutes at wala akong narinig mula sa'yo, tatawag na ako ng saklolo. Di ako magdadalawang-isip."

"Understood, bro!" mabilis na sagot ni Dennis.

Papasok na sana siya sa tunnel nang pigilan siya ni Allen.

"Sandali."

Inabot nito ang isang mahabang lubid, parang 'yung gamit sa rock climbing. "Dennis, itali mo 'to sa baywang mo. Just in case kailangan kitang hatakin palabas. O kung kailangan mo ng tulong para bumalik. Ito ang life line mo."

Ngumiti si Dennis at hindi napigilang magbiro. "Galing mo talaga, bro. Pang-movie 'tong plano natin, ah."

"Wala tayong choice. Buhay ni Denise ang pinag-uusapan dito," sagot ni Allen, habang tinatapik ang balikat ng kaibigan.

* * * * * * * * * * *

Mabilis na natunton ni Dennis ang pasukan ng tunnel. Halos natatakpan na ito ng mga sirang hollow blocks at alikabok, pero hindi pa lubusang sarado. Dahan-dahan niyang binaklas ang kinakalawang na harang—isang manipis na metal plate na nakalapat sa entrada.

Pagpasok niya, sinalubong siya ng malamig, madulas, at mamasa-masang hangin. Amoy kalawang at putik. Madilim ang loob. Sobrang sikip. Sa ibang pagkakataon, hindi siya papasok sa gano'n. Pero ngayon? Para kay Denise? Kakayanin niya kahit gumapang pa siya sa impyerno.

Nagbitbit siya ng flashlight, ilang tools, at tubo na pangbuslo kung sakaling kailangan niyang sirain ang bahagi ng daan.

"God, please... gabayan Niyo ako."

Habang gumagapang, naramdaman niya ang putik na sumisingit sa ilalim ng pantalon. Sa bawat hakbang, tila lumulubog ang palad niya sa lamig ng tubig at sa takot na baka di na niya maabutan si Denise nang buhay. Lalo siyang nagmadali.

Makalipas ang halos sampung minutong gapang, narating niya ang isang bahagi ng tunnel na sa palagay niya ay katapat o nasa ilalim ng main lobby.

Sinilip niya ang pader—mahina, may bitak. Gamit ang tubo, binasag niya ang pader hanggang sa mabuo ang butas na kakasya ang katawan niya.

Hinugot niya ang cellphone at tinawagan si Allen.

"Papasok na ako sa loob."

Wala nang kailangang idagdag. Hindi na kailangan. Alam niyang naintindihan siya ni Allen.

Episode 42

Huli Na Ba O P'wede Pa?

Pag-ahon niya sa sirang parte ng first floor, sinalubong siya ng malabong ilaw mula sa mga emergency bulbs na nakakabit sa kisame. Ang iba, pumipitik-pitik. Yung iba, tuluyan nang patay.

Tahimik.

Makapal ang alikabok. Makalat. May mga bumagsak na kisame. Dikit-dikit ang mga gamit. Hindi na makilala ang lobby. Para itong war zone.

"DENISE!" sigaw niya habang inikot ang paningin.

Walang sagot.

Nilamig ang buong katawan niya. Tila nanikip ang dibdib niya. "Walang tao. Walang tunog. Walang..." Hanggang marinig niya—

"Ughk! koff... koff..."

Napalingon siya.

"Ubo 'yon... ubo ba 'yon?" tanong niya sa sarili.

"DENISE?!" sigaw niyang muli.

Tahimik ulit.

"S-Saan galing 'yon?"

* * * * * * * * * * *

Naglakad siya dahan-dahan, pinakiramdaman ang paligid. Maya-maya pa, narinig niyang muli.

"Koff... koff..."

"DUN!" sigaw niya. "Dun sa malaking bilog na mesa!"

Nilapitan niya agad ito. Napaupo siya sa gulat.

Si Denise. Halos natabunan na. Ang buong katawan niya ay nasa ilalim ng graba at semento. Tanging ulo lang niya ang nakalitaw, patagilid, nakasandal sa gilid ng mesa. Ang mesa ang nagsilbing panangga kaya hindi siya tuluyang nalibing.

"DENISE!!!"

Mabilis niyang hinukay ang paligid ng mukha nito gamit ang kamay. Tinanggal niya ang mga graba at alikabok. Nang lumuwag na ang paghinga ni Denise, agad niyang sinimulan ang mas malawak na paghuhukay.

Habang nagtatanggal ng graba, kinuha niya ang cellphone.

"Bro, I found her!" hingal niyang sabi kay Allen. "Pero kritikal ang situation niya. Please, Allen, make sure na may medical team d'yan paglabas namin. Please, bro!"

"Thank God, Dennis. Don't worry, sisiguraduhin ko na naandito ang rescue team paglabas ninyo."

* * * * * * * * * * *

Hindi tumigil si Dennis sa paghuhukay. Kahit sugatan na ang kamay, kahit lumalalim ang gabi, kahit madilim, kahit pawis na pawis at nanginginig sa takot.

Almost thirty minutes.

Saka pa lang niya nabunot ng buo si Denise. Agad niya itong inihiga. Pinakinggan ang paghinga.

"Sheesh... ang hina na," bulong niya habang pinapahiran ng manggas ang noo ni Denise. *"Huwag kang bibitaw, please..."*

Tumawag siyang muli.

"Bro, we need medical assistance ASAP! Mahinang-mahina na ang paghinga ni Denise!"

"Hold still, Dennis. Help is on the way. Inaayos lang nila yung—"

RUMMMMMBLLLEEEEE!!!

* * * * * * * * * * *

Hindi natapos ni Allen ang sasabihin. Biglang gumalaw ang paligid. Isang malakas na aftershock. Napayakap si Dennis kay Denise.

"AAAAAHHHH!!!"

Nagsimulang bumagsak ang mga yero, kisame, at debris. Tumakbo siya pailalim sa mesa, hawak-hawak si Denise. Tanging ang malaking bilog na table ang nagsilbing panangga nila sa pagbagsak ng panibagong bahagi ng gusali.

"Diyos ko... Diyos ko, huwag Niyo kaming pabayaan..."

Hawak niya ang kamay ni Denise. Mahigpit.

"Lalabas tayo dito, pangako. Hindi kita iiwan..."

Episode 43

Kahit Butas Ng Karayom

Pagkatapos ng pangalawang paglindol ay muling tu-mawag si Allen.

"Bro, sheesh, 'yung rescue team... wala raw makitang—"

Biglang naputol ang tawag ni Allen. Dead spot.

"HELLO?! HELLO, ALLEN?!" pasigaw na sambit ni Dennis habang pinipilit pang ayusin ang signal ng kanyang cellphone. Pero wala na. Tuluyan nang namatay ang linya. Napatingin siya sa screen — no signal, no service.

"AHIIIIIIII! Bakit gano'n?! BAKIT GANO'N?!" Paulit-ulit ang hinagpis niyang parang sirang plaka.

Napaluhod siya sa tabi ni Denise. Tila larawan ito ng isang prinsesang natutulog — ngunit wala ang kapayapaang kadikit ng isang fairy tale. Sa halip, dama sa bawat guhit ng mukha ni Denise ang pagod, sakit, at lungkot. Nangingilid ang luha ni Dennis habang hawak-hawak ang kamay niya.

"Lord..." bulong ni Dennis, nanginginig ang tinig. "Bakit naman ganito? Bakit ayaw N'yong maligtas si Denise? Lord please... kahit siya na lang ang makaligtas... okay na ako. PLEASE LORD!"

Tahimik ang paligid, maliban sa pag-birit ng sirena sa malayo. Naramdaman ni Dennis ang paninikip ng dibdib — hindi dahil sa alikabok o sa sikip ng puwang, kundi dahil sa takot na baka iyon na ang huling pagkakataon na makikita niya si Denise.

Pero bigla—

"Dennis?"

Maliit. Mahina. Pero malinaw. Pamilyar.

Napalingon siya agad. Laking gulat niya nang makita ang mga mata ni Denise — nakadilat.

"Denise!" sigaw niya habang mabilis na gumapang papalapit. "K-Kamusta ka? May masakit ba? Nahihilo ka ba? May nararamdaman ka bang kakaiba? Sabihin mo lang, okay?" tuluy-tuloy niyang tanong habang hinahaplos ang pisngi ni Denise.

"Okay naman ako..." nakangiting tugon ni Denise. "Ang sarap nga ng tulog ko eh. Nagising lang ako sa ingay mo!" sabay tawa ng mahina.

Napahalakhak si Dennis, kahit ang luha niya ay hindi pa rin natutuyo.

"Sira talaga ang ulo mo, no?!"

****

Nagkatawanan sila. Sa gitna ng gumuhong mundo, nakahanap sila ng sandaling kaligayahan.

Pagkalipas ng ilang sandali, muling nagsalita si Denise, sabay ngiti.

"Kailangan pa palang lumindol para bumalik ka."

Hindi na natawa si Dennis. Sa halip, naluha siya.

"Sorry, Denise... sorry... sobra akong sorry."

Tahimik. Walang salita, pero puno ng damdamin ang katahimikan nila.

****

Maya-maya'y si Denise na naman ang unang bumasag nito. Pero seryoso na ang tono niya ngayon.

"Thank you ha."

"Ha? Sa'n?" gulat na tanong ni Dennis.

"Sa ginawa mo. Sa pagsugod mo rito para iligtas ako."

"Grabe ka. Kailangan mo pa ba akong pasalamatan doon? Dapat nga ako ang humingi ng tawad sa 'yo."

"Dennis..." mahina niyang sambit, "delikado 'tong ginawa mo. Pwede kang mapahamak. At kung hindi mo naman ako binalikan... maiintindihan ko naman. Kasi... kasi ang dami kong kasalanan sa 'yo, lalo na 'yung mga pagsisinungaling ko."

"Hindi, Denise. Ako ang dapat mag-sorry. Ako 'yung naging sobrang ma-pride. Ako 'yung naging bato sa tigas ng ulo. Kahit sinabi na sa akin ni Allen 'yung totoo, pinili kong manahimik... umalis... iwan ka."

"Hoy! Ang dami mo nang 'sorry', isang beses lang pwede na, no! Hihihi!" biro ni Denise.

Napatawa si Dennis, bahagya.

"Hindi ko talaga alam anong meron ka at kahit kailan, napapatawa mo pa rin ako kahit na parang end of the world na..."

"Haaiisst! Minsan lang naman ako makaiskor ng punchline, eh! Samantalahin na natin!"

Biglang...

!!BLAG! BLAG! BLAG!!

Bumagsak ang ilang piraso ng kisame sa di kalayuan. Napasigaw si Denise at agad napayakap kay Dennis.

"Shhh... okay lang... andito lang ako..." bulong ni Dennis habang yinakap siya pabalik.

Nang humupa ng bahagya ang pagyanig, napansin ni Dennis na umiiyak na si Denise.

"Hey... Denise? Bakit ka umiiyak?" tanong niyang may pagaalalang nakapinta sa mukha.

"P-Palagay mo ba... makakalabas pa tayo dito? Wala namang dumadating na rescue team... baka dito na tayo... matuluyan..."

"Wag ka ngang nega! Syempre makakaligtas tayo. Maghintay lang tayo, okay?"

Ngunit habang binibigkas ni Dennis iyon, patay sunod ang mga emergency lights. Lumamlam ang paligid. Tila pinaglalaruan sila ng tadhana.

Muli na namang bumagsak ang ilang tipak ng bato.

"DENISE! YUMUKO KA!"

!!BLAGAG!!

Agad niyang kinoberan ng katawan si Denise. Pero...

"UGHMM!"

Isang bato ang tumama kay Dennis sa ulo.

"Dennis! Bakit?!"

Hindi siya sumagot. Bumagsak ang kanyang katawan.

"DENNIS!!!"

Nagpupumiglas si Denise, ngunit mahina pa rin siya. Madilim ang paligid. Hindi niya makita si Dennis.

"Dennis! Answer me please! Nasaan ka?!"

Biglang may naramdaman siyang gumalaw sa tabi niya.

"Hey... easy ka lang... okay lang ako," anang tinig ni Dennis, bagama't kapansin-pansin ang kahirapan sa pananalita.

"Dennis, duguan ang ulo mo!" sigaw ni Denise, nanginginig habang pinipisil ang kanyang kamay.

"Chill ka lang... style ko lang 'to para mapalapit ako sa 'yo... Haha... uhh..."

"Dennis, please wag mo akong lokohin. Wag ngayon..."

Tahimik. Saglit. Pero sapat para marinig ang susunod.

"Denise?"

"Bakit?" tugon niya, ninenerbyos.

"May gusto sana akong sabihin..."

"Sige... ano 'yun?"

"Denise... mahal kita."

Episode 44

Ang Matagal Ng Kinikimkim

"Denise... mahal kita." Laking gulat ni Denise ng marin-ig ang mga binitawaang salita ni Dennis. Hindi n'ya inaasahan ito kaya natigilan.

Nagpatuloy si Dennis. "Oo, totoo, mahal kita...mahal na mahal kita. Ewan ko nga ba bakit hindi ko man lang ito nasabi sa iyo kahit noon pa. Nakakahiyang aminin na kaya hindi ko nasabi sa iyo ito ay dahil lang sa pride ko. Oo, inaamin ko, college pa lang mahal na kita. Naunahan lang kasi ako ng pride ko...saka yung pagkukunwari kong may girlfriend ako noon...*(sigh!)* sa totoo lang...wala naman talaga. *(Sob!)* Tulad na rin ng pagkukunwari kong may-asawa na ako ngayon...kahit wala rin naman. Pride ko kasi ang laging pinaiiral ko..."

"Tapos, ako pa itong galit na galit sa iyo dahil lang hindi mo sinabi na ikaw yung may-ari nang Lauchengco building. Kasalanan mo ba kung naging super-rich ka? Ewan ko nga ba kung bakit ganito ang takbo ng isip ko — nakakainis!"

Magpapatuloy pa sana siya ng pagsasalita nang hinawakan ni Denise ang kamay niya at pinisil.

"Mahal din kita, Dennis. At katulad mo, noon pa kahit nung college pa tayo."

"Totoo, Denise? Totoong mahal mo rin ako?"

Pinisil muli ni Denise ang kamay ni Dennis bago sumagot.

"Oo, Dennis. Mahal na mahal din kita!"

Kahit hirap gumalaw ay nakuha ni Dennis na makalapit at mayakap ng mahigpit si Denise.

Sa dilim, naramdaman ni Denise ang init ng yakap ni Dennis. Pakiramdam niya, kahit nasa gitna sila ng panganib, kahit hindi sila sigurado kung mabubuhay pa, sapat na ang sandaling ito. Sapat na ang malaman na mahal siya ng taong noon pa niya minamahal.

* * * * * * * * * *

"Alam mo ba," bulong ni Dennis, "pitong taon akong nangarap na marinig 'yan mula sa'yo."

"Ako rin," sagot ni Denise. "Pitong taon din akong nangarap na sabihin 'yan sa'yo."

"Bakit ngayon lang natin nasabi ito sa isa't isa?"

"Siguro kailangan pa talaga nating makulong sa gumuhong building para maging honest tayo sa isa't isa," biro ni Denise.

Natawa si Dennis, pero agad din siyang napaungol sa sakit ng sugat sa ulo niya.

"Dennis, okay ka lang ba?" tanong ni Denise, nag-aalala.

"Okay lang ako," sagot ni Dennis. "Medyo nahihilo lang."

"Baka concussion 'yan. Kailangan mong magpatingin sa doctor pagkalabas natin dito."

"Kung makakalabas pa tayo," mahinang sabi ni Dennis.

"Huy, wag kang nega, ha! Kanina lang, ikaw ang nagsasabing darating ang rescue. Ngayon ikaw naman ang nawawalan ng pag-asa?"

"Sorry, sorry. Tama ka. Darating sila. Makakalabas tayo dito."

"Oo naman! At pagkalabas natin, marami pa tayong oras para mag-usap. Para malaman ang mga nangyari sa atin sa loob ng pitong taon."

"Gusto mo ba talagang malaman ang nangyari sa akin sa loob ng pitong taon?" tanong ni Dennis.

"Oo naman," sagot ni Denise. "Gusto kong malaman ang lahat."

"Sige, ikukwento ko sa'yo. Para may magawa tayo habang naghihintay ng rescue."

* * * * * * * * * *

Nagsimulang mag-kwento si Dennis. Kung paano siya nagtrabaho bilang graphic artist sa iba't ibang kumpanya. Kung paano siya nagsikap na malimutan si Denise sa pamamagitan ng pagfocus sa kanyang career. Kung paano siya nagsinungaling sa sarili na okay na siya, na nakalimutan na niya ang babaeng hinayaan niyang makaalis para matupad ang mga pangarap nito.

"Pero hindi talaga kita nakalimutan," pag-amin ni Dennis. "Kahit anong gawin ko, lagi kitang naiisip. Lagi kitang hinahanap sa mga babaeng nakikilala ko. Pero walang sinuman ang nakapantay sa'yo."

"Grabe ka naman," sabi ni Denise. "Hindi naman ako ganoon kaganda."

"Hindi lang dahil maganda ka, Denise. Kundi dahil nasa iyo na ang lahat ng hinahanap ko sa babae. Sa talino, sa sense of humor, sa passion mo sa mga bagay na gusto mo. Lahat ng 'yon, hinahanap ko sa iba. Pero wala, ikaw lang talaga."

"Kaya ba nagsinungaling ka na may asawa ka na?"

"Oo," pag-amin ni Dennis. "Kasi ayokong isipin mong desperado pa rin ako sa'yo. Na pitong taon na ang nakalipas, ikaw pa rin."

"Eh bakit ka umalis sa anniversary celebration? Bakit hindi ka man lang pumasok?"

"Kasi natakot ako," sagot ni Dennis. "Natakot akong makita ka ulit. Natakot akong mahulog ulit sa'yo, tapos mawawala ka na naman."

"Hindi na ako mawawala, Dennis," bulong ni Denise. "Hindi na ako aalis."

"Promise?"

"Promise."

Isang malakas na ingay ang gumulantang sa kanila.

!!!BLAGAG!!!

Napapikit si Dennis. Pakiramdam niya ay guguho na ng husto ang buong paligid. Lalo niyang hinigpitan ang pagkakayakap kay Denise.

"I love you!" buong pagmamahal niyang ibinulong kay Denise.

"I love you, too!" sagot naman ni Denise.

* * * * * * * * * * *

!!!BLAGAG!!!

Isang napalakas na dagundong na naman ang narinig nila. Nagkatinginan sila, tanggap na maaaring mamatay na sila anumang oras. Kapwa silang malungkot na nangiti at lalaong hinigpitan ang pagkakayakap nila sa isa't isa.

"I love you, Denise! I love you very, very much."

"I love you, too, Dennis! God knows how much I truly love you."

Sunod-sunod na pagsabog na ang huli nilang narinig.

!!!BLAGAG!!!

!!!BLAGAG!!!

!!!BLAGAG!!!

Episode 45

Hindi Susuko Hangga't May Hininga

Nagulat sila na sa halip na kadiliman, biglang may nara-mdaman silang liwanag. Malakas, nakakasilaw na liwanag na pumasok sa maliit nilang espasyo.

"Hoy! May tao ba diyan?" isang malakas na boses ang narinig nila.

Napatingin sila sa direksyon ng liwanag, hindi makapaniwala.

"OO! NANDITO KAMI!" sigaw ni Dennis, ang boses ay nanghihina pero puno ng pag-asa.

"MAY DALAWANG TAO RITO!" sigaw ng rescuer sa mga kasama niya. "BUHAY SILA!"

Hindi mapigilan ni Denise na mapaiyak sa tuwa. "Dennis, buhay tayo! Nakaligtas tayo!"

"Oo, Denise," sagot ni Dennis, ang mga mata ay puno ng luha. "Nakaligtas tayo."

Habang unti-unting inilalabas sila ng rescue team mula sa gumuhong building, hindi bumibitaw si Dennis sa kamay ni Denise. Hindi siya papayag na mawala ito sa kanya ulit.

"Dennis," bulong ni Denise habang inaalalayan sila palabas.

"Bakit, Denise?"

"Salamat."

"Saan?"

"Sa pagbabalik mo. Sa pagliligtas mo sa akin."

"Ikaw ang nagligtas sa akin, Denise," sagot ni Dennis. "Ikaw ang nagligtas sa puso ko."

Nang makalabas na sila, sinalubong sila ng mga paramedics at agad silang dinala sa ambulansya. Nakita nila si Allen, na tumakbo papunta sa kanila, ang mukha ay puno ng pag-aalala at relief.

"Bro! Thank God you're alive!" sigaw ni Allen, halos hindi makapaniwala na buhay pa ang dalawa.

"Thanks sa iyo, pare...pero paano...?"

"Dennis, remember the rope? Yun ang nag-lead sa mga rescuers papasok sa loob! Pero, sheesh, akala ko talaga, you're gone already!"

"Hindi pa kami pwedeng mamatay, pre," sagot ni Dennis, nakangiti. "Marami pa kaming dapat pag-usapan ni Denise."

"Oo nga," dagdag ni Denise. "Pitong taon kaming nagkahiwalay. Marami kaming dapat habulin."

Napangiti si Allen, naiintindihan ang ibig sabihin ng dalawa.

Habang isinasara ng paramedics ang pinto ng ambulansya, huling nakita ni Allen ang magkahawak na kamay nina Dennis at Denise. Sa wakas, nahanap na nila ang daan pabalik sa isa't isa.

* * * * * * * * * * *

Sa loob ng ambulansya, tahimik na nakahiga sina Dennis at Denise, magkatabi, magkahawak-kamay.

"Denise," bulong ni Dennis.

"Hmm?"

"Pagkagaling natin, pwede ba kitang maimbitahan sa dinner?"

Natawa si Denise. "After all we've been through, dinner date pa rin ang iniisip mo?"

"Oo naman," sagot ni Dennis. "Kailangan nating simulan somewhere, 'di ba? At saka, gusto kong gawin ang mga bagay nang tama this time."

"Sige," sagot ni Denise, nakangiti. "Dinner date tayo. Pero ako ang magbabayad."

"Hoy, hindi pwede 'yon!" protesta ni Dennis. "Ako ang nag-imbita, ako ang magbabayad."

"Excuse me, sino ba dito ang CEO ng Lauchengco Realty?" biro ni Denise.

"At sino naman ang nagsabi sa iyo na mahalaga ang pera kaysa sa pagmamahal?" balik ni Dennis.

Natawa silang dalawa, natatandaan ang mga sinabi nila sa isa't isa noong college pa sila.

"Fine, fine," suko ni Denise. "Ikaw ang magbabayad. Pero sa susunod, ako naman."

"So ibig sabihin, magkakaroon ng susunod?" tanong ni Dennis, nakangiti.

"Oo naman," sagot ni Denise, pinisil ang kamay ni Dennis. "Maraming susunod. Promise 'yan."

"I'll hold you to that promise," sabi ni Dennis, bago siya tuluyang napayuko sa antok at pagod.

Habang tumatakbo ang ambulansya patungo sa ospital, nakatingin si Denise sa mukha ni Dennis na payapang natutulog sa tabi niya. Hindi niya mapigilang mapangiti. Sa kabila ng lahat ng nangyari, sa kabila ng lahat ng pagsubok at kasinungalingan, nahanap pa rin nila ang daan pabalik sa isa't isa.

"Mahal kita, Dennis," bulong niya, bago pumikit at hayaang dalhin siya ng antok sa isang payapang pagtulog, ang kamay ay hindi bumibitaw sa kamay ng taong mahal niya.

Sa labas ng bintana ng ambulansya, unti-unting sumisilip ang araw, nagbibigay ng bagong pag-asa sa bagong araw. Isang bagong simula para sa dalawang pusong nawalay, ngunit muling nagtagpo, nang dahil sa pag-ibig.

Epilogue

Laking gulat ni Denise nang magisnan niyang nasa tabi niya si Dennis. Nakatingin ito sa kanya ng buong pagmamahal.

"Dennis, hmmm, ikaw ba talaga 'yan?"

"Uhm, hindi, si Alden Richard ito."

"(Giggle!) Ganon ba? E, bakit para yatang pumangit ka Alden?"

"Aray ko!"

"Hihihi! Joke lang! Sa totoo lang, super pogi mo nga — akala ko nga anghel ka nung nagmulat ako ng mata. Pero, sabi ko, hindi ka pwedeng maging angel!

"Bakit naman...hindi ba ako deserving na maging anghel?"

"Ano ka ba? Kung anghel ka, e di ibig sabihin non, patay ka na!"

"Ayyy, oo nga pala! Ang shunga ko!"

Napansin ni Denise ang bandage sa ulo ni Dennis. Buong pagmamahal niya hinaplos ito.

"Okay ka na ba? Kamusta na ang ulo mo, hindi ka ba nahihilo o may nararamdamang kakaiba?"

"Ako pa, e ang tigas yata ng ulo ko, no!" pagyayabang ni Dennis. Bilang patunay ay pinukpok-pukpok ang ulo niya, sabay...

"ARAY!!!"

"Hihihi! Buti nga sa iyo," pabirong pagalit ni Denise, "ang yabang-yabang mo kasi!"

Sandaling natahimik ang dalawa. Buong pagmamahal na nagtinginan.

Maya-maya ay nangiti si Denise at nagbiro.

"Paano yan, Dennis... mahirap pa ako sa daga ngayon?"

"Walang problema. May alaga akong dagang costa... doon kita patitirahin! Ha! Ha! Ha!"

Sinuntok ni Denise si Dennis, "Ummm, ang yabang mo!" Hi! Hi! Hi!"

-- THE END —

www.ingramcontent.com/pod-product-compliance
Lightning Source LLC
LaVergne TN
LVHW050858051026
849532LV00006BA/2300
* 9 7 8 6 2 1 8 4 1 8 0 1 1 *